கலங்கிய கண்கள்

சு. ரமேஷ்

ISBN 979-8-89026-689-7

This book has been published with all efforts taken to make the material error-free after the consent of the author. However, the author and the publisher do not assume and hereby disclaim any liability to any party for any loss, damage, or disruption caused by errors or omissions, whether such errors or omissions result from negligence, accident, or any other cause.

While every effort has been made to avoid any mistake or omission, this publication is being sold on the condition and understanding that neither the author nor the publishers or printers would be liable in any manner to any person by reason of any mistake or omission in this publication or for any action taken or omitted to be taken or advice rendered or accepted on the basis of this work. For any defect in printing or binding the publishers will be liable only to replace the defective copy by another copy of this work then available.

காணிக்கை

சுதா ரமேஷ்

<table>
<tr><td>தோற்றம்</td><td>மறைவு</td></tr>
<tr><td>09.01.1963</td><td>27.04.2021</td></tr>
</table>

பொருளடக்கம்

வாழ்த்துரைகள்

இராச. இளங்கோவன்
பொறுப்பாளர்

இராசவேலர்
செண்பகத் தமிழ் அரங்கு
18/102, காந்தி சாலை,
திருவரங்கம்,
திருச்சிராப்பள்ளி — 620 006.

தமிழ் ஆர்வலர்களரின் வேடந்தாங்கல் – திருவரங்கத்து தாஜ்மஹால் செண்பகத் தமிழ்அரங்கு.

செண்பகத் தாயின் பெயர் விளங்கிடவும், நம் தமிழ் ஆர்வத்திற்கொரு வடிகாலாகவும் தந்தை இராசவேலர் தோற்றுவித்த தமிழ் அமைப்புதான் செண்பகத் தமிழ் அரங்கு.

"அன்பிற் சிறந்த தவமில்லை - இனிய
தாய்தந்தையரை விஞ்சிய தெய்வமில்லை"

என்பதையே உயிர் மூச்சாகக் கொண்டு நடைபோடும் செண்பகக் குடும்பம் பெற்ற பேறுகளில் ஒருவர் காலஞ்சென்ற கவிக்குயில் கரந்தை வை. சுந்தரம் அவர்கள் அவரது அன்பு மகனாரும், என் உள்ளம் கவர்ந்தவருமான திரு. சு. ரமேஷ் அவர்கள் "தாயிற் சிறந்த கோயிலுமில்லை தந்தை சொல் மிக்க மந்திரமில்லை" என வாழ்ந்து வருபவர்.

திரு. சு. ரமேஷ் அவர்கள் தம் தாயுடன் பயணித்த அனுபவங்களை எழுத்தாக்கி, *'கலங்கிய கண்கள்* எனும் தலைப்பிட்டு நமக்குத் தந்துள்ளார்.

இன்பியலும் காண்பியலும் கலந்த *'கலங்கிய கண்கள்'* படிப்போர் அனைவரையும் உருக வைக்கும், கல் நெஞ்சையும் கறைய வைக்கும்.

பெற்றோரை நினைத்து என் கண்கள் எப்போதும் கலங்கிய கண்களாகவே இருக்கும். கலங்கிய கண்கள் படித்ததிலிருந்து என் கண்களின் ஈரம் இன்னும் காயவே இல்லை.

திரு. சு. ரமேஷ் அவர்கள் கலங்கிய கண்களை அழ வைப்பதற்காகப் படைக்கவில்லை, பெற்றோரைத் தொழ வைப்பதற்காகவே படைத்திருக்கிறார்.

படியுங்கள்! பெற்றோர் மலரடி வணங்குங்கள்!

அன்புடன்

- இராச. இளங்கோவன்

முனைவர் அ. கோபிநாத்

இணைப் பேராசிரியர்,
தமிழாய்வுத்துறை,
பிஷப் ஹீபர் கல்லூரி,
திருச்சிராப்பள்ளி–620 017.

<u>சிற்பியின் தேர்ந்த சிற்பம்</u>

*"ஈன்ற பொழுதில் பெரிதுவக்கும் தன்மகனைச்
சான்றோன் எனக்கேட்ட தாய்"*

போற்றுதலுக்குரிய கவிக்குயில் கரந்தை வை. சுந்தரம் மகனார் உயர்திரு. சு. ரமேஷ் அவர்கள் இயற்றிய ஓர் உன்னத நாவல் **'கலங்கிய கண்கள்'**.

வாழ்வியல் அனுபவத்தை நேரில் நின்று பார்ப்பது போன்ற அற்புத படைப்பு! தாய்மையின் மாண்பினை உணர்த்தும் அற்புத நாவலாய் மலர்ந்துள்ளது!

தியாகம், அன்பு, பொறுமை இவையே பெற்றோர் என்பதனை ஒரு சிற்பியின் தேர்ந்த சிற்பம் போன்று வார்த்துள்ள பாங்கு நயமிக்கது!

இன்றைய தலைமுறையினர் படித்து பந்தம், பாசம் என்பதை உணர்ந்து கொள்ள **'கலங்கிய கண்கள்'** மிகச் சிறந்த கருவியாகும் 'உழைப்பு உயர்வு தரும்' எனும் ஆசிரியரின் கரம் ஓங்கி ஒலிக்கிறது. இந்நாவலில்!

மிகச் சிறந்த பாசப் படைப்பினை வழங்கிய உயர்திரு. சு. ரமேஷ் ஐயா அவர்களின் படைப்பு என்றுமுள இன்தமிழாய் வாசகர் மனதில் தங்கி நிற்கும்!

நன்றி!

அன்புடன்

- அ. கோபிநாத்

முனைவர் பா. பத்மபிரியா,
உதவிப் பேராசிரியர்,
தமிழாய்வுத்துறை,
ஸ்ரீமதி இந்திராகாந்தி கல்லூரி,
திருச்சிராப்பள்ளி-2.

*"தாயினை மிஞ்சிய அன்புமில்லை
தந்தையை விஞ்சிய உறவுமில்லை"*

எதார்த்த வாழ்வியலை உயிரோட்டமான நடையில் படைத்தளித்து படிப்போரின் கண்கள் கலங்கும் வண்ணம் **'கலங்கிய கண்கள்'** எனும் நாவல் அமைந்திருக்கிறது. எவ்வளவு துன்பங்களைச் சுமந்து கொண்டு வாழ்க்கையாகிய கடலை கடக்க வேண்டியிருக்கிறது என்பதனை உணர்வுப் பூர்வமான போராட்டங்களோடு சித்தரித்து இருக்கும் பாங்கு போற்றுதலுக்குரியது. வாழ்வில் எத்தகைய துன்பங்கள் வந்தாலும் கணவனும் மனைவியுமாக அதனைக் கடந்து செல்ல வேண்டுமென்பதை இக்காலத் தலைமுறையினருக்கு 'வாழைப்பழத்தில் ஊசி ஏற்றுவதுபோல்' நயமுடன் உரைத்திருக்கிறார். எந்தச் சூழ்நிலைகளிலும் பெற்றோரை கைவிடுதல் கூடாது. நம்மை வளர்த்து போற்றி சிறப்பித்தவர்களுக்கு கைம்மாறு எதுவுமே கிடையாது. இருப்பினும் அவர்களை மனமகிழ்ச்சியோடு வைத்திருந்து மனம் கலங்க விடாமல் பாதுகாப்புடன் போற்ற வேண்டும். ஐயா அவர்களின் படைப்பு இளைய தலைமுறையினருக்கு ஒரு எடுத்துக்காட்டாய் திகழும் என்பதில் ஐயமில்லை.

படைப்புகள் தொடர வாழ்த்துக்கள்...

வாழ்த்துக்களுடன்

- பா. பத்மபிரியா

என்னுரை

கவிக்குயில் கரந்தை வை. சுந்தரம் அவர்களின் மூத்த மைந்தன் சு. ரமேஷ் அனைவருக்கும் என் வணக்கத்தை பணிவன்புடன் சமர்ப்பித்துக் கொள்கிறேன். 1959-ஆம் ஆண்டு பிறந்து தமிழ் நாட்டில் படிப்பை முடித்துக்கொண்டு. 1979-ஆம் ஆண்டு டெல்லி மாநகரத்தில் தொலைபேசி நிறுவனத்தில் வேலைக்கு அமர்ந்தேன். 1983-ஆம் ஆண்டு திருமணமாகி இரண்டு புதல்வர்களுக்கு (ஸ்ரீ மகேஷ், ஸ்ரீ ஸ்ரீகாந்த்) தந்தையானேன். பி.எஸ்.என்.எல். நிறுவனத்தில் இருந்து 2018-ஆம் ஆண்டு ஓய்வு பெற்றேன். கடந்த 43 ஆண்டுகளாக டெல்லியில் வசித்து வருகிறேன்.

தற்சமயம் தமிழ் அறிஞர்களின் தொடர்பு ஏற்பட்டு எனது தந்தையாரின் தமிழ்ப் பணியைத் தொடர விரும்புகிறேன். இந்த முயற்சியில் உயர்திரு. இராசவேலு ஐயா அவர்களின் மைந்தர் திரு. இராச. இளங்கோ ஐயா அவர்களின் நட்பு கிடைக்கப் பெற்றேன். எனது தந்தையார், உயர்திரு. இராசவேலு ஐயா அவர்களுடன் இணைந்து செயல்பட்டது போல் என்னை தமிழ்த் தொண்டில் இணைத்துக்கொள்ள திரு. இராச. இளங்கோ ஐயாவிடம் அன்பு வேண்டுகோள் விடுத்தேன். அவரும் என் அன்பு வேண்டுகோளை ஏற்றுக் கொண்டுள்ளார்.

'கலங்கிய கண்கள்' எனும் தலைப்பில் என் தாயின் நினைவுகளை நாவல் வடிவில் தந்துள்ளேன். இந்நாவலை படித்து பார்த்து பரவசப்படுவதற்காகப் படைக்கவில்லை. படிப்போர் இன்னும் அழுத்தமாகப் பெற்றோரைப் பத்திரப்படுத்த வேண்டும் என்பதே என் அவா.

இந்நாவலுக்கு வாழ்த்துரை வழங்கிய என் இனிய நண்பர்கள் திருவரங்கம் இராசவேலர் செண்பகத் தமிழ் அரங்கின் பொறுப்பாளர் திருவாளர் இராச. இளங்கோவன் அவர்களுக்கும்,

பேராசிரியர் முனைவர் அ. கோபிநாத் அவர்களுக்கும், உதவி பேராசிரியர் முனைவர் ஸ்ரீமதி பா. பத்மபிரியா அவர்களுக்கும் என் நெஞ்சம் நிறைந்த நன்றியினைத் தெரிவித்துக் கொள்கிறேன்.

நன்றி! வணக்கம்!

கலங்கிய கண்களுடன்

- சு. ரமேஷ்

பேராசிரியர் முனைவர் அ. கோபிநாத் அவர்களுக்கும், உதவி பேராசிரியர் முனைவர் ஸ்ரீமதி பா. பத்மபிரியா அவர்களுக்கும் என் நெஞ்சம் நிறைந்த நன்றியினைத் தெரிவித்துக் கொள்கிறேன்.

நன்றி! வணக்கம்!

கானல் நீர்

திருச்சிராப்பள்ளி மாநகரத்தில் ஒரு சிறு கிராமம் அழகான விடியற்காலைப் பொழுது காலை 05.00 மணி வழக்கம் போல் சுகமான குளிர்ந்த காற்று வீசுகிறது. வாசுகி, குடும்பத் தலைவி காலையில் எழுந்து வாசல் தெளித்து கோலம் போட செல்கிறாள். மார்கழி மாதம், பார்த்தால் கிட்டதட்ட ஏழு எட்டு பேர்கள் பஜனை பாட்டை பாடிக் கொண்டே அந்த வழியாக செல்கிறார்கள். வாசுகி பஜனை பாட்டை கேட்டுக் கொண்டே கோலம் போடுகிறாள். அதைக் கேட்கும்போது மனசுக்கு இதமாக உள்ளது.

பிறகு வீட்டிற்குள் வந்து காபி போட ஆயத்தமாகிறாள். கேஸ் அடுப்பில் "வெந்நீர் சுட வைத்துவிட்டு காபி டிகாஷன் போட காபி பில்டரை இரவு கழுவி தேய்த்த பாத்திரத்திற்குள் தேடி எடுக்கிறாள். காபி பவுடர் டப்பாவை எடுத்து காப்பி பவுடரை பில்டரில் போட ஆயத்தமாகிறாள். ஆனால் காபி பவுடர் அதில் மிகவும் குறைவாக உள்ளது. காபி பவுடரை மொத்தமாக பில்டரில் போட்ட பிறகு காபி பவுடர் தீர்ந்து விட்டது. இருந்த காபி பவுடரை பில்டரில் போட்டுவிட்டு அதன்மேல் கொதிக்க வைத்த வெந்நீரை ஊற்றுகிறாள்.

மாதக் கடைசி என்பதால் வீட்டில் உள்ள அனைத்துச் சாமான்களும் தீர்ந்து கொண்டு வருகிறது. சம்பளம் வர இன்னும் பத்து நாட்கள் உள்ளன. இந்த பத்து நாட்களும் எப்படி ஓடும் என்று மனக்கவலை லேசாக ஆரம்பிக்கிறது.

இதற்கிடையில் பால்காரன் அரை லிட்டர் பாலை ஊற்றிவிட்டு போகிறான். ஊற்றிவிட்டு போன பால் ஒரே தண்ணீராக உள்ளது.

வாசுகி அதில் இன்னும் அரை டம்பளர் தண்ணீரை சேர்த்து அடுப்பில் சுட வைக்கிறாள்.

வாசுகி காப்பி போட்டுக்கொண்டு 5.30 மணி அளவில் கணவர் கணேஷையும் மகன் ரவியையும் எழுப்புகிறாள். காப்பியை கொடுத்து கொண்டே வாசுகி காப்பி பவுடர் மற்றும் மற்ற வீட்டு சாமான்கள் தீர்ந்து விட்டதாக சொல்கிறாள். கணவர் கணேஷ் காப்பி குடித்துக் கொண்டே என்ன செய்வது என்று புரியாமல் தவிக்கிறார். வாசுகி 'யாரிடமாவது ரூபாய் 300/- கடன் வாங்கி வருமாறு சொல்கிறாள்.

கணவர் கணேஷ் மிகவும் தன்மானம் உடையவர். யாரிடமும் கடன் கேட்பதை மிகவும் அவமானமாக கேவலமாக நினைப்பவர். யாரிடமாவது கடன் கேட்பதை விட எதையாவது அடகு வைக்கலாம் என யோசனை செய்கிறார். ஆனால் அடகு வைக்கும்படி எதுவும் கண்ணுக்குத் தெரியவில்லை.

கணேஷ் மகன் ரவியை பார்க்கிறார். மகன் ரவிக்கும் ஏதும் புரியவில்லை. மகன் ரவி மிகவும் குடும்ப பொறுப்புள்ள பையன். அப்பா படும் கஷ்டத்தை பார்த்து மனதில் மிகவும் வேதனை அடைகிறான். அப்பா கணேஷ் அரசாங்க வேலை பார்த்த பொழுதும் அவரால் குடும்ப செலவை கட்டுப்படுத்த முடியவில்லை.

அப்பா கணேஷ் சொல்ப சம்பளத்தில் அரசாங்க உத்தியோகத்தில் இருந்தார். மகன் ரவியையும் சரியாக படிக்க வைக்க முடியாமல் போய்விட்டது. ரவியை 12-ம் வகுப்பு வரை படிக்க வைத்துவிட்டு டைப்ரைட்டிங் ஷார்ட்ஹாண்ட் படிக்க வைத்துள்ளார்கள். காலேஜ் அனுப்ப முடியவில்லை.

மகன் ரவிக்கு தற்போது வயது 18 ஆகிறது. அப்பா கணேஷுக்கு மகன் ரவி பாரமாக தெரிய ஆரம்பித்து விட்டான். குடும்ப பொறுப்பில் இருந்த ரவியும் மனதளவில் அப்பா சொல்லாமல் உணர்ந்தான்.

கடைசியாக அப்பா கணேஷ் கண்ணில் அம்மா வாசுகியின் மூக்குத்தி தெரிந்தது. அப்பா கணேஷ் நைசாக வாசுகியின் மூக்குத்தியை கேட்க இருவருக்கும் காலை நேரத்தில் வாக்குவாதம் ஏற்பட்டது. இதை பக்கத்தில் இருந்து பார்த்துக் கொண்டிருந்த மகன் ரவி மிகவும் மன வேதனை அடைந்தான்.

அம்மா வாசுகி அழுதுக்கொண்டே தன் மூக்குத்தியை கழட்டிக் கொடுத்தாள். ஆனால் கணேஷ் அதை அம்மா வாசுகி கையாலே அடகு வைத்து பணம் வாங்கி கொண்டு வர சொல்லிவிட்டார். வாசுகி தன் மகன் ரவியை துணைக்கு அழைத்துக் கொண்டு காலை 10.00 மணியளவில் அடகு கடைக்குள் நுழைந்தாள்.

வாசுகி தன் மகன் ரவியுடன் அடகு கடையில் நுழையும் பொழுது கொஞ்சம் கும்பலாக இருந்தது. ஐந்து, ஆறு நபர்களுக்கு பிறகு வாசுகி அடகு வைக்கும் முறை வந்தது. அடகு பிடிப்பவர் வாசுகியையும், ரவியையும் ஏற இறங்க பார்த்து விட்டு எவ்வளவு பணம் தேவை என்றார். வாசுகி ரூ. 300/- தேவை என்று சொன்னவுடன் மூக்குத்தியை கல்லில் உரசிப் பார்த்தார். அடகு பிடிப்பவர் மூக்குத்தியை கல்லில் உரசி பார்த்தபோது ரவியின் மனம் அளவிலா வேதனை அடைந்தது. பிறகு தங்கம் தான் என உறுதிபடுத்திக் கொண்டு வாசுகி கேட்ட தொகை கிடைத்தது.

அடகு கடையிலிருந்து பணம் வாங்கிக்கொண்டு வெளியில் வரும்போது மணி 12.30 ஆகிவிட்டது. மகன் ரவிக்கு பசிக்கும் என்ற நோக்கத்தில் வாசுகி பக்கத்தில் இருந்த கடையில் சர்பத் வாங்கி கொடுத்தாள். அதில் பாதி சர்பத்தை ரவி குடித்து விட்டு மீதி சர்பத்தை அம்மாவிடம் கொடுத்து குடிக்க சொன்னான். அடுத்தபடியாக அக்கம் பக்கத்தில் இருந்த கடைகளில் வீட்டிற்கு தேவையான சாமான்களை வாங்கிக் கொண்டு வாசுகியும், ரவியும் வீடு வந்து சேர்ந்தனர். பிறகு மதியம் சாப்பாட்டிற்குப் பிறகு ஓய்வு கிடைத்தது.

வாசுகிக்கு தன் மகன் ரவி மேல் அளவு கடந்த பாசம். அவளுடைய அன்புக்கு அளவே இல்லை. வாசுகிக்கு தன் மகன் ரவிதான் உலகமே. அதற்கு பெரிய காரணமே உண்டு. ரவியும் அழகான பையன், குடும்ப கஷ்ட நஷ்டங்களை உணர்ந்தவன். ரவிக்கும் தன் அம்மா வாசுகி மேல் அளவு கடந்த பாசம், வாசுகி மனம் திறந்து பேசுவது எல்லாம் தன் மகன் ரவியிடம் தான். எல்லா கஷ்ட நஷ்டங்களையும் ஒளிவு மறைவு இல்லாமல் தன் மகன் ரவியிடம் பகிர்ந்து கொள்வாள்.

வாசுகியின் கடந்த காலம் அதை விட கொடுமையாக இருந்தது. வாசுகியின் தற்போது வயது 44. வாசுகி ஐந்து வயது குழந்தையாக இருந்தபோது மும்பையில் அப்பா, அம்மா தம்பி மூர்த்தி ஒரு

வயது குழந்தையுடன் வசித்து வந்தாள். அந்த சமயத்தில் வாசுகியின் அம்மா சாரதா தவறிவிட்டாள். வாசுகியின் அப்பா சாமிநாதன் வாசுகியையும் ஒரு வயது தம்பி மூர்த்தியையும் அவருடைய அக்கா ருக்மணியிடம் கொண்டுவந்து விட்டு விட்டார். வாசுகியின் அத்தை ருக்மணி இளம்வயதிலேயே கணவரை இழந்து நீடாமங்கலத்தில் இருந்தாள். அவளுடைய கணவர் விட்டுவிட்டு போன வீட்டிலேயும் நிலத்தில் இருந்து வருகிற வருமானத்திலும் காலம் தள்ளிக் கொண்டிருந்தாள்.

வாசுகியின் அப்பா சாமிநாதன் மும்பையில் வேலை பார்த்துக் கொண்டு தன் அக்கா ருக்மணிக்கு மாதா மாதம் குழந்தைகள் பராமரிப்புக்காக பணம் அனுப்பிக் கொடுத்து வந்தார். கணவரை இழந்த ருக்மணிக்கு இந்த குழந்தைகளை பராமரிப்பதில் இனிமையாக பொழுது கழிந்துகொண்டு வந்தது. வாசுகியை நீடாமங்கலம் பள்ளியில் சேர்த்து விட்டாள். வாசுகி மூன்றாவது வகுப்பு படிக்கும் போது கணக்கு வாத்தியார் வாசுகியின் தொடையில் கிள்ளி விட்டார். இந்த சம்பவத்தை வாசுகி தன் அத்தை ருக்மணியிடம், சொல்ல அப்பொழுது வாசுகியின் படிப்புக்கு முற்றுப்புள்ளி வந்தது. அந்த வயதில் அது வாசுகிக்கு மிகவும் சந்தோஷமாக இருந்தது. ஆனால் மூர்த்தியை வயது ஐந்து ஆனவுடன் பள்ளியில் சேர்த்து படிக்கச் சொன்னாள். இதற்கிடையில் வாசுகியின் அப்பா சாமிநாதன் மும்பையில் இரண்டாவது கல்யாணம் பண்ணிக்கொண்டு வாழ்க்கையை தொடர்ந்தார்.

வாசுகியின் அத்தை ருக்மணி வாசுகியை வீட்டு வேலைகளில் நெட்டி கழுட்டினாள். காலையில் 5.00 மணிக்கு வாசல் தெளிப்பதில் ஆரம்பித்து, சமைப்பது வீட்டை பெருக்குவது. சாணி போட்டு மொழுகுவது அனைத்து வேலைகளும் வாசுகிக்கு வந்து சேர்ந்தது. காலையில் சாப்பாடு என்றால் நேற்று தண்ணீரில் ஊற வைத்த சோறு ஒரு கட்டி தயிர். பழைய ஊறுகாய் தான். விதவிதமான இட்லி, தோசை, உப்புமா எதுவும் கிடையாது. மதியம், இரவு இருவேளையும் சோறும் குழம்பும்தான்.

வாசுகியின் இளமை பருவம் சந்தோஷம் என்பதே இல்லாமல் போய்விட்டது. அப்பா அம்மா அன்பு கிடையாது. சின்ன சின்ன பொருட்களுக்கு கூட ஏங்கக் கூடிய நிலைமையாக

போய்விட்டது. அதனுடைய விளைவு தன் மகன் ரவி மேல் அளவு கடந்த பாசம். அவளுடைய எதிர்காலமே மகன் ரவிதான்.

வாசுகி சிறுக சிறுக காலம் கடந்து 24 வயதை தொட்டாள். வாசுகியின் கல்யாணத்தை பற்றி அத்தை ருக்மணி மிகவும் கவலை அடைந்தாள். வயசு பெண்ணை வீட்டில் ரொம்ப நாள் கல்யாணம் பண்ணாமல் வைக்கக்கூடாது என மிகவும் மனவேதனை அடைந்தாள். இது சம்பந்தமாக வாசுகியின் அப்பா சாமிநாதனுக்கு பலமுறை கடிதம் எழுதியும் சரியானபடி பதில் இல்லை. அவர் மும்பையில் இரண்டாவது மனைவியுடன் சுகமாக வாழ்ந்து கொண்டிருந்தார்.

நாள் கடக்க, கடக்க வாசுகியின் கல்யாணம் ருக்மணிக்கு மிகவும் பூதாகாரமாக தோன்ற ஆரம்பித்து விட்டது. கடைசியாக வாசுகியின் அப்பா சாமிநாதன் வாசுகி கல்யாணத்திற்கு தோது பட்டு வரமாட்டார் என முடிவுக்கு வந்தாள். இனிமேல் சாமிநாதனிடம் வாசுகி கல்யாணம் பற்றி பேசி பிரயோஜனம் இல்லை என தோன்றியது.

அத்தை ருக்மணியே வாசுகிக்கு கல்யாணம் பண்ணி வைத்து விடலாம் என முடிவுக்கு வந்தாள். ருக்மணியின் தங்கை பையன் கணேஷ் சர்க்கார் உத்யோகத்தில் இருப்பதாக கேள்விபட்டு அவனை அழைத்தாள். கணேஷ், அவனுடைய அம்மா இருவரும் தஞ்சாவூரிலிருந்து நீடாமங்கலம் வந்து அக்கா ருக்மணி வீட்டிற்கு வந்தார்கள். கணேஷுக்கு அப்போது வயது 28. அத்தை ருக்மணி கணேஷிடம் அவனுடைய வேலை சம்பளம் எல்லாம் விஜாரிக்க தொடங்கினாள்.

கணேஷ் தான் அரசாங்க வேலை பார்ப்பதாகவும் ரூ.100/- மாத சம்பளம் பெறுவதாகவும் பெரியம்மா ருக்மணியிடம் சொன்னான். அக்காலத்தில் ரூ.100/- மாத சம்பளம் என்பது மிகவும் நல்ல கணிசமான சம்பளம். பெரியம்மா ருக்மணி வாசுகியின் கல்யாணம் பண்ண வேண்டிய விருப்பத்தை தெரிவித்து கணேஷிடமும். அவன் அம்மாவிடமும் சம்மதம் கேட்டாள். கணேஷ், அவன் அம்மா இருவரும் வாசுகியை கல்யாணம் பண்ணி கொள்ள சம்மதம் தெரிவித்தனர்.

ஆனால் வாசுகியோ முதலில் மறுப்பு தெரிவித்தாள். அத்தை ருக்மணி அவளை அன்புடன் அழைத்து உங்க அப்பா மும்பையில்

உன்னைப்பற்றி கவலை படாமல் இருக்கிறான். கணேஷுக்கு என்ன குறைச்சல் அரசாங்க உத்யோகம் ரூ.100/- மாத சம்பளம், உனக்கு இதைவிட நல்ல மாப்பிள்ளை கிடைப்பது கஷ்டம். ஆகவே பேசாமல் கணேஷை மணந்துகொள் என வாசுகியிடம் அறிவுரை கூறினாள். வாசுகி நீண்ட நேரம் சிந்தித்து விட்டு கடைசியில் சம்மதம் தெரிவித்தாள்.

இதனிடையில் தம்பி மூர்த்தி 12-ம் வகுப்பு வரை தன் பள்ளி படிப்பை முடித்து விட்டு அரசாங்க வேலை தேடிக் கொண்டிருந்தான். ஆனால் அப்பாவோ தன் பிள்ளைகளை பற்றி கொஞ்சம் கூட கலைலபடாமல் மும்பையில் இரண்டாவது மனைவியுடன் காலம் தள்ளிக் கொண்டிருந்தார். அப்போது சென்னையில் P&T நிறுவனத்தில் 12-ம் வகுப்பு வரை படித்த இளைஞர்கள் தேவை என விளம்பரம் வந்திருந்தது. அதை பார்த்துவிட்டு மூர்த்தி அரசாங்க வேலைக்காக விண்ணப்பித்தான்.

அத்தை ருக்மணி இந்த இரண்டு குழந்தைகளையும் நல்லபடியாக கரை சேர்க்க வேண்டும் என்ற கருத்தில் மும்மரமாக இருந்தாள். வாசுகியின் கல்யாணத்தை அவள் அப்பா சம்மதம் கேட்காமல் அத்தை ருக்மணி செய்து விட முடிவு செய்து விட்டாள்.

வாசுகியின் கல்யாணத்தை மிகவும் சிறப்பாக செய்ய அத்தை ருக்மணியிடம் பண வசதி இல்லை. காரணம் அத்தை ருக்மணிக்கு வருமானம் என்றால் நிலத்திலிருந்து வரும் நெல்லை சாப்பிட்டிற்கு வைத்துக்கொண்டு மற்றவற்றை விற்று வரும் காசில் தான் வீட்டு சாமான்கள் வாங்கிக்கொண்டு காலம் தள்ளினாள். காலம் கடக்க, கடக்க வாசுகியின் அப்பா சாமிநாதன் சரியாக பணம் அனுப்புவது இல்லை.

அத்தை ருக்மணி அக்கம் பக்கத்தில் உள்ள வசதி படைத்தவர்களிடம் வாசுகி கல்யாணம் பற்றி சொல்லி மற்ற நிலைமைகளையும் சொல்லி ஏதாவது உதவி செய்யுமாறு கோரினாள். கிடைத்த உதவிகளை வைத்துக் கொண்டு வாசுகியின் கல்யாண ஏற்பாடுகளை செய்ய தொடங்கினாள். மிகவும் மலிவு விலையில் வாசுகிக்கு புடவை எடுத்தாள். புடவையை பார்த்தவுடன் வாசுகிக்கு அழுகை வந்து விட்டது

மிகவும் மலிவு விலை, பிடிக்காத புடவை எல்லாம் தன் அப்பா சரியில்லை என நினைந்து **"கண் கலங்கினாள்"**.

கடைசியாக ருக்மணி அம்மா அவர்களின் தம்பி மகள் வாசுகிக்கும் தங்கை மகன் கணேஷுக்கும் ஒரு சுபமுகூர்த்தத்தில் அங்குள்ள ஊர் பெரியவர்கள் முன்னிலையில் திருமணம் சுபமாக நடைபெற்றது.

கணேஷ் திருமணம் முடிந்தவுடன் வாசுகியை அழைத்துக் கொண்டு லால்குடியில், அப்போதுள்ள அரசாங்க பணியிடத்தில் வாடகை வீட்டில் வாழ்க்கையை தொடங்கினார். வாசுகி கல்யாணம் ஆகி வீட்டிற்குள் நுழைந்ததும் பகீர் என்றது. வீட்டிற்குள் ஒரு சாமான்கள் கூட இல்லை. வாசுகி வேண்டிய சாமான்கள் லிஸ்ட் போட்டு கணேஷிடம் கொடுத்து வாங்கி வர சொன்னாள்.

கணேஷ் கையில் சாமான்கள் வாங்க பணம் இல்லை. ஆங்காங்கே கடைகளில் மாதம் பிறந்து சம்பளம் வந்தவுடன் பணம் திரும்ப கொடுக்கிறேன் என கடன் சொல்லிவிட்டு சாமான்கள் வாங்கிக் கொண்டு வந்து வாசுகியிடம் கொடுத்தார். வாழ்க்கை தொடங்க ஆரம்பித்தது.

"உலகம் யாவையும் தாம் உளவாக்கலும்
நிலைபெறுத்தலும் நீக்கலும் நீங்கலா
அலகு இலா விளையாட்டு உடையார். அவர்
தலைவர்; அன்னவர்க்கே சரண் நாங்களே"

- கம்பர்

போராட்டம்

இதற்கிடையில் வாசுகியின் அப்பா சாமிநாதனுக்கு வாசுகியின் திருமணம் முடிந்து விட்ட செய்தி போய்விட்டது. அவர் மிகுந்த கோபத்துடன் மும்பையிலிருந்து புறப்பட்டு முதலில் அக்கா ருக்மணியிடம் நீடாமங்கலம் வந்து சண்டையிட்டார். இருவருக்கும் வாக்குவாதம் மிகவும் கடுமையாக இருந்தது.

அதன்பிறகு சாமிநாதன் புறப்பட்டு லால்குடியில் மகள் வாசுகியை பார்க்கச் சென்றார். வாசுகி நீண்ட நாட்களுக்கு பிறகு அப்பாவை பார்த்ததும் மிகவும் சந்தோஷமும் ஆச்சரியமும் அடைந்தாள். வாசுகி அப்பாவை அன்புடன் வரவேற்று சூடாக காப்பி கொடுத்தாள். வாசுகியின் அப்பா காப்பி, குடித்துக் கொண்டே மாப்பிள்ளை கணேஷ் அதாவது தன் தங்கை மகளை பார்க்க வேண்டும் என்றார்.

வாசுகியும் உடனே வீட்டிற்கு பக்கத்தில் உள்ளவர்களிடம் தகவல் சொல்லி அலுவலத்திலிருந்து கணேஷை கூப்பிட்டுக் கொண்டு வர சொன்னாள். வாசுகியின் அப்பா மும்பையிலிருந்து வந்திருப்பதாகவும் கணேஷை பார்க்க வேண்டும் என்று சொல்கிறார் என்ற சமாச்சாரத்தையும் தெரிவிக்கச் சொன்னாள்.

கணேஷ் செய்தி கிடைத்ததும் அலுவலக வேலைகளை ஓரம் கட்டி விட்டு தன்னுடைய சைக்கிளை எடுத்துக்கொண்டு மாமனாரை பார்க்க ஆசையுடன் புறப்பட்டு வந்தார். கணேஷ் தன் மாமனாரை பார்க்க போவதில் மனதளவில் மிகவும் சந்தோஷம் அடைந்தார். மனதில் பட்டாம்பூச்சி பறந்தது.

கணேஷ் தன் வீட்டிற்கு வந்து சைக்கிளை ஒரு ஓரமாக நிறுத்திவிட்டு மிகவும் ஆர்வத்துடன் தன் மாமனாரை பார்க்க

வீட்டிற்குள் நுழைந்தார். ஆனால் மாமனாரோ கடுங்கோபத்தில் கணேஷ் எதிர்பார்க்காத நேரத்தில் கணேஷ் கன்னத்தில் இரண்டு அறைகள் விட்டார். கணேஷை கன்னாபின்னா என்று வாய்க்கு வந்தபடி திட்டினார். கணேஷை "திருட்டு தாலி கட்டின படவா" என்று அக்கம் பக்கத்தில் நாலு வீடு காது கேட்கும்படி அளவுக்கு அதிகமாக சத்தம் போட்டு திட்டினார். அப்பாவுடைய இந்த செய்கையைப் பார்த்து வாசுகி அதிர்ந்து போனாள். அவளுக்கு என்ன செய்வதென்றே புரியவில்லை.

வீட்டில் மிகப்பெரிய சண்டை நடப்பதை பார்த்துவிட்டு அக்கம் பக்கத்தில் உள்ளவர்கள் கூடி சாமிநாதனை அமைதிப்படுத்த முயன்றார்கள். நீண்ட போராட்டத்திற்கு பிறகு சாமிநாதன் ஒரளவு சாந்தமானார். தனக்கு வந்த நிலைமையை பார்த்து வாசுகி மிகவும் *"கண் கலங்கினாள்"*. பிறகு சாமிநாதன் தன் மகள் வாசுகியை அழைத்து அவள் கையில் கொஞ்சம் பணம் கொடுத்துவிட்டு அங்கிருந்து மும்பை கிளம்பி போனார். வாசுகி தன் அப்பாவை எவ்வளவு கெஞ்சியும் அவர் தன் மகள் வாசுகி வீட்டில் சாப்பிடவில்லை. சாப்பிடாமலே கிளம்பி போய்விட்டார்.

கணேஷ் தன் மாமனாரிடமிருந்து கன்னத்தில் அறை வாங்கியது குறித்து திகைத்து நின்றுவிட்டார். வாசுகியின் அப்பாவின் அவ்வளவு திட்டிலும் "திருட்டு தாலி கட்டின படவா" என்ற திட்டு கணேஷின் மனதை மிகவும் பாதித்து விட்டது, கணேஷின் மாமனார் கடுமையாக திட்டிவிட்டு போனது மனதில் ஆறாத புண்ணாக இருந்தது. காலபோக்கில் அவருடைய மனதில் ஆறாதத் தழும்பாகியது.

வாசுகி தன் கணவர் கணேஷிடம் தன் அப்பா செய்துவிட்டு போன காரியத்திற்கு மிகவும் மன வருத்தத்தை தெரிவித்தாள். அதிர்ந்துபோன கணேஷை ஆறுதலுடன் சமாதான படுத்தினாள். வாசுகியின் ஆறுதலான வார்த்தைகள் அரவணைப்பு கணேஷீற்கு அதிர்ச்சியிலிருந்து மீண்டுவர ஏதுவாக இருந்தது. சற்றுநேரம் கழித்து மதிய சாப்பாடு சாப்பிட்டு விட்டு கணேஷ் தன் அலுவலகம் சென்றார்.

இதற்கிடையில் மூர்த்திக்கு சென்னையில் P&T Department-ல் தேர்வு செய்யப்பட்டு வேலையில் சேர சொல்லி அரசாங்க ஆணை வந்துவிட்டது. மூர்த்தியும் சென்னையில் வேலைக்கு சேர

சந்தோஷமாக நீடாமங்கலிருந்து அத்தையிடம் சொல்லிவிட்டு கிளம்பிவிட்டார். அக்கா வாசுகிக்கும் இது குறித்து மூர்த்தி தகவலை தெரியபடுத்தினார்.

நாட்கள் மெல்ல மெல்ல ஊர்ந்து கொண்டிருந்தது. மாத கடைசி வந்தது. வாசுகி தன் கணவர் கணேஷின் சம்பளத்தை எதிர்பார்த்துக் கொண்டிருந்தாள். மாதம் பிறந்தவுடன் ரூ.100/- சம்பளம் அடேங்கப்பா அதிலிருந்து வாங்கிய கடனை கொடுத்துவிட்டு வீட்டில் நிறைய சாமான்கள் வாங்க வேண்டும் என்று கற்பனையில் கணக்கு போட்டுக் கொண்டிருந்தாள்.

தினம் தினம் விதவிதமாக சாப்பிட வேண்டும் போல் இருந்தது. அதுபோல் பசியும் நிறைய எடுத்தது. ஒவ்வொரு வேளையும் நிறைய சாப்பிட வேண்டும் போல் ஆசை இருந்தது. ஆனால் தற்சமயம் அதற்கு தேவையான சாமான்களும் இல்லை. வாங்க வசதியும் இல்லை. வீட்டில் வறுமை தாண்டவம் ஆடும்போது தான் வயிற்றுப் பசி அதிகமாக இருக்கும் இதுதான் இயற்கையின் நியதி.

கணேஷ் சம்பளம் வாங்கியவுடன் மனைவி வாசுகியிடம் கொடுத்தார். வாசுகி ஆசையுடன் வாங்கி அதை எண்ணி பார்த்தாள். அதில் ரூ.30/- மட்டுமே இருந்தது. தான் தவறாக எண்ணி விட்டோமா என்று மீண்டும் மீண்டும் பணத்தை எண்ணி பார்க்கிறாள். எத்தனை முறை எண்ணினாலும் ரூ.30/- மட்டுமே இருந்தது.

வாசுகி மனத்தில் மனபோராட்டம் ஆரம்பித்து விட்டது. மீதி சம்பளம் ரூ.70/- எங்கே என்ற கேள்வி மனதை துளைத்துக் கொண்டிருந்தது. கணவனை எப்படி கேட்பது என்று புரியவில்லை. மீதமுள்ள ரூ.70/- சம்பளம் அவர் என்ன செய்தார் என தெரியவில்லை. ஆனால் அவரோ ரூ.30/- மட்டும் வாசுகி கையில் கொடுத்து விட்டு பேசாமல் படுத்துக் கொண்டார். வாசுகி கணேஷ் காலையில் தூங்கி எழுந்தவுடன் கேட்கலாம் என்று மனதை தேற்றிக்கொண்டு கையில் கிடைத்த ரூ.30/- ஐ பத்திரமாக எடுத்து வைத்தாள். இதுதான் வாசுகி முதன்முதலில் பணத்தை கையில் வாங்கி பார்ப்பது. இதற்கு முன்னால் அத்தை ருக்மணிதான் எல்லா வரவு செலவும் செய்வாள். ஆகவே பணம் கையில் வாங்கி பார்ப்பதற்கு வேலை இல்லை.

கணேஷ் மெல்ல காலை 8.00 மணியளவில் எழுந்தார். வாசுகி எப்ப கணேஷ் எழுவார் என ஆவலுடன் பார்த்துக் கொண்டிருந்தாள். மெல்ல கணேஷை அணுகி நீங்கள் கொடுத்த பணத்தில் ரூ.30/- மட்டுமே இருந்தது. மீதிச் சம்பளம் ரூ.70/- என்ன ஆயிற்று என வாசுகி கேட்டாள். கணேஷ் மெல்ல வாசுகி அதிர்ச்சி அடையாத வகையில் என் மாத சம்பளமே ரூ.40/- தான் அதில் ரூ.10/- பிடித்தம் போக மீதி சம்பளம் ரூ.30/- கொடுத்தார்கள். அதை அப்படியே உன்னிடம் கொடுத்து விட்டேன் என நைசாக சொன்னார்.

வாசுகி தலையில் பெரிய இடி விழுந்தது போல் இருந்தது. வாசுகி மிகவும் கோபமாக கணேஷை பார்த்து, "என் சம்பளம் ரூ.100/- என்று சொன்னீர்களே அதை நம்பிதானே உங்களை திருமணம் செய்ய சம்மதப்பட்டேன். இப்பொழுது மாத சம்பளம் ரூ.40/- என்று சொல்கிறீர்களே!" என கேட்டாள். கணேஷ் உடனே நான் "உன்னை கல்யாணம் பண்ணிக் கொள்ள ஆசைப்பட்டு அப்படி பொய் சொல்லி விட்டேன் என வாசுகியிடம் சொன்னார். வாசுகி உடனே தன் வாழ்க்கையே பறி போய் விட்டது போல் இடிந்து உட்கார்ந்து விட்டாள். இந்த சொல்ப சம்பளம் ரூ.30/-ஐ வைத்துக்கொண்டு எப்படி சொச்ச காலம் ஓட்டுவேன் என வேதனை அடைந்தாள். இப்படி வாழ்க்கையில் ஏமாந்து விட்டோமே என்று குமுறி குமுறி அழுதாள். வாசுகியின் கண்கள் இரவு முழுக்க கலங்கி கொண்டே இருந்தது.

கணேஷ் முடிந்தவரை வாசுகியை சமாதான படுத்திக் கொண்டிருந்தார். வாசுகி என் அப்பா சரியில்லாமல் போனதுனாலேதான் எனக்கு இந்த கதி ஏற்பட்டு விட்டது என கண்கள் கலங்கினாள். இந்த ரூ.30/-ஐ வைத்துக்கொண்டு வீட்டு வாடகை கொடுப்பேனா அல்லது வீட்டுக்கு தேவையான சாமான்கள் வாங்குவேனா என கவலையில் ஆழ்ந்தாள். கணேஷ் அப்ப அப்ப வாசுகியை சமாதானபடுத்திக் கொண்டிருந்தார்.

வாசுகியின் தம்பி மூர்த்தி சென்னை வந்து P&T Department-ல் வேலைக்கு சேர்ந்தார். சென்னை புது ஊர் என்பதால் மூர்த்திக்கு சற்று கடினமாக இருந்தது மெல்ல சாப்பாட்டிற்கு, தங்க இடம் பார்த்துக் கொண்டார். மூர்த்தி மெல்ல மெல்ல வேலை கற்றுக் கொண்டிருந்தார்.

மறுநாள் வாசுகி காலை பொழுது விடியட்டும் என காத்திருந்தாள். காலை பொழுது விடிந்ததும் தன் கணவர் கணேஷுக்கு சாப்பாடு செய்து கொடுத்து விட்டு அவர் அலுவலகம் கிளம்பட்டும் என காத்திருந்தாள். கணேஷ் அலுவலகம் சென்றவுடன் வாசுகி வீட்டை பூட்டி விட்டு பக்கத்து வீட்டில் சாவியை கொடுத்து விட்டு தன் அத்தை ருக்மணி வீட்டிற்கு தஞ்சாவூர் நீடாமங்கலம் கிளம்பி சென்று விட்டாள்.

அத்தை ருக்மணி திடிரென்று வாசுகி வந்ததும் என்னவோ ஏதோ என்று பயந்து விட்டாள். வாசுகியை வா என்று கூப்பிட்டு விட்டு மெல்ல விசாரிக்கத் தொடங்கினாள். வாசுகி அழுதுகொண்டே கலங்கிய கண்களுடன் கணேஷ் ரூ.100/- மாத சம்பளம் என்று பொய் சொல்லி ஏமாற்றிய விஷயத்தை சொன்னாள்.

இதை கேட்டவுடன் அத்தை ருக்மணிக்கும் தலையில் இடி விழுந்தது போல் ஆகிவிட்டது, தாய் இல்லாத பெண் தகப்பனும் சரியில்லை. வாசுகியை பாழும் கிணத்தில் தள்ளி விட்டதாக நினைத்துக் கொண்டு அதற்கு தான் காரணம் ஆகிவிட்டோமே என வேதனை அடைந்தாள். வாசுகியை மிகவும் சமாதான படுத்தி விட்டு சாப்பிட சொன்னாள். வாசுகியும் சாப்பிட்டு விட்டு தான் இனி கணேஷ் வீட்டிற்கு போக போவதில்லை என சொன்னாள். கணேஷ் வீட்டில் குடும்பம் நடத்த ஒரு சாமான்களும் இல்லை என்றாள்.

மாலைபொழுது கணேஷ் அலுவலகத்திலிருந்து வீட்டிற்கு பயந்து கொண்டே வந்தார். வீட்டிற்கு வந்ததும் வீடு பூட்டி இருந்தது. பக்கத்து வீட்டில் உள்ளவர்கள் வீட்டு சாவியை கணேஷிடம் கொடுத்தார்கள். கணேஷ் தன் மனைவி வாசுகி எங்கே போனாள்? என பக்கத்து வீட்டில் கேட்டார். ஆனால் வாசுகி காலையிலிருந்து வீட்டில் இல்லை என்றும் காலையிலேயே வீட்டை பூட்டி சாவி கொடுத்துவிட்டு போனதாக பக்கத்து வீட்டில் தெரிவித்தனர். எங்கே போகிறாள் என்று சொல்லவும் இல்லை என்றும், தன் கணவர் கணேஷ் வந்தவுடன் சாவியை அவரிடம் கொடுத்து விடும்படி வாசுகி சொன்னதாக பக்கத்து வீட்டில் கணேஷிடம் தெரிவித்தனர்.

கணேஷ் சாவியை வாங்கிக் கொண்டு வீட்டில் சற்று நேரம் ஓய்வு எடுத்துவிட்டு பக்கத்து ஹோட்டலில் சாப்பிட சென்றார்.

சாப்பிட்டு விட்டு வந்து கணேஷ் படுத்துக்கொண்டு வாசுகி எங்கே போய் இருக்கமுடியும் என சிந்தனை செய்ய தொடங்கினார். வாசுகிக்கு தற்கொலை செய்து கொள்ளும் அளவுக்கு தைரியம் இல்லை எனவும், கண்டிப்பாக ருக்மணி பெரியம்மாவிடம் தான் சென்று இருக்க முடியும் என ஊகித்து ஒரு முடிவுக்கு வந்தார். அப்படியே நினைத்துக்கொண்டு கணேஷ் உறங்கி விட்டார்.

கணேஷ் காலை பொழுது விடிந்ததும் காப்பி போட்டு குடித்து விட்டு தன் அலுவலக நண்பர்கள் மூலமாக அலுவலகத்திற்கு விடுமுறை சொல்லிவிட்டு, தானும் பெரியம்மா வீட்டிற்கு தஞ்சாவூர் நீடாமங்கலம் புறப்பட்டு விட்டார். கணேஷ் நீடாமங்கலம் சென்று அடைய சாயங்காலம் ஆகிவிட்டது. முதலமைச்சர் வருகையினால் வழி பூரா ஒரே டிராபிக் ஜாம். சாயங்காலம் பெரியம்மா ருக்மணி வீடு சென்று அடைந்து அங்கே வாசுகியை பார்த்ததும் தான் கணேஷுக்கு நிம்மதியாக இருந்தது.

பெரியம்மா கணேஷை பார்த்ததும் பொய் சம்பளம் சொன்ன விஷயத்தை கேட்டாள். மாதம் ரூ.40/- சம்பளத்தை ஏன் ரூ.100/- மாதம் சம்பளம் என்று பொய் சொன்னாய் என்று விஜாரித்து விட்டு குச்சியை எடுத்து இரண்டு சாத்து சாத்தினாள். இதை வாசுகி பக்கத்தில் இருந்து பார்த்துக் கொண்டிருந்தாள்.

உடனே கணேஷ் பெரியம்மா காலில் விழுந்து மன்னிப்பு கேட்டார். தான் ரூ.40/- மாத சம்பளத்தை ரூ.100/- மாத சம்பளம் என்று பொய் சொன்னதை ஒத்துக்கொண்டு வாசுகியை கல்யாணம் செய்து கொள்ள வேண்டும் என்ற ஆசையில் அப்படி செய்து விட்டதாக கணேஷ் சொன்னார். நீண்ட மனகுமுறல், திட்டுகளுக்கு பிறகு பொய் சொன்ன விஷயம் கொஞ்சம் அடங்கியது. பிறகு பெரியம்மா கணேஷுக்கு சாப்பாடு போட்டு இரவு அங்கேயே தங்கி விட்டார்.

காலை விடிந்ததும் கணேஷ் மெல்ல வாசுகியை அழைத்துக் கொண்டு போவதாக சொன்னார். ஆனால் வாசுகி கணேஷ் கூட செல்ல மறுத்துவிட்டாள். பிறகு வாசுகிக்கு கணேஷ் சமாதானம் சொல்ல அத்தை ருக்மணி புத்திமதி சொல்ல கடைசியாக வாசுகி கணேஷுடன் செல்ல சம்மதித்தாள்.

கணவரின் அன்பிற்காக சொல்லப்பட்ட பொய்யும் அத்தையின் அறிவுரையும் வாசுகியின் மனதைக் கரைத்தது.

இடரினுந் தளரினும் எனதுறு நோய்
தொடரினும் உனகழல் தொழுதெழுவேன்
கடல்தனில் அமுதொடு கலந்த நஞ்சை
மிடறினில் அடக்கிய வேதியனே
இதுவோயெமை ஆளுமாநீவதொன்
ஹெமக்கில்லையேல் அதுவேரவுன தின்னருள்
ஆவடு துறையரனே.

- திருஞானசம்பந்தர்

புதிய வரவு

வாசுகி கணேஷ் இருவரும் காலையில் எழுந்து குளித்து விட்டு பழைய சோறு, கொஞ்சம் தயிருடன் கலந்து சாப்பிட்டனர். அதன் பிறகு, கணேஷ் வாசுகியை அழைத்து கொண்டு செல்ல ஆயத்தமானார்.

வாசுகி கிளம்பும்போது அத்தை ருக்மணியிடம் கண்ணீர் விட்டு அழுதாள். நான் எப்படி கணேஷூடன் சேர்ந்து குடும்பம் நடத்த போகிறேன் என புலம்பினாள். அத்தை ருக்மணி வீட்டில் வைத்திருந்த அரிசியில். 10 படி அரிசியும், 2 கிலோ துவரம் பருப்பும் கையில் செலவுக்கு ரூ.20/- கொடுத்து வாசுகியை சமாதான படுத்தினாள்.

வாசுகி சாமான்கள், பணம் பார்த்ததும் மனதளவில் கொஞ்சம் மகிழ்ச்சி அடைந்தாள். மெல்ல கணேஷூடன் கிளம்பி செல்ல ஆயத்தமானாள். வாசுகியும், கணேஷூம் மாலை 04.00 மணியளவில் லால்குடியை வந்து அடைந்தனர்.

வாசுகிக்கு வீட்டில் நுழைந்ததும் இனி எப்படி வாழ்வது என்று ஒரே தலைவலியாக இருந்தது. கணேஷ் குடும்ப செலவு அனைத்து பொறுப்புகளையும் வாசுகியிடம் ஒப்படைத்து விட்டார்.

வாசுகி மெல்ல மெல்ல குடும்ப செலவுகளை சமாளிக்க ஆரம்பித்தாள். வீட்டு வாடகை கொடுத்து, பால்காரனுக்கு பணம் கொடுத்துவிட்டு, மளிகை சாமான்கள் கொஞ்சம் கொஞ்சமாக வாங்க ஆரம்பித்தாள், சரியாக எண்ணெய் கூட வாங்க முடியவில்லை.

இந்த நேரம் பார்த்து பசியும் அதிகமாக எடுக்க ஆரம்பித்தது. சாப்பாடு சாப்பிட்டாலும் ஒரு சாப்பிட்ட மன நிறைவு ஏற்படுவதில்லை. வீட்டில் கட்டிக்கொள்ள சரியான படி துணிமணியும் இல்லை. அக்கம் பக்கத்தில் உள்ளவர்களும் வாசுகியுடன் அன்பாக பழக ஆரம்பித்தனர். வாசுகி அவர்களிடம் தன் மனக்குறையை சொல்லவும். அவர்கள் வாசுகிக்கு ஆறுதல் சொல்லி தைரியம் சொன்னார்கள். வாசுகிக்கு பக்கத்தில் பழக பழக மனபாரம் கொஞ்சம் கொஞ்சமாக குறைய ஆரம்பித்தது.

கணேஷம் தன் மனைவி வாசுகியை சந்தோஷமாக வைத்துக் கொள்ள வேண்டும் என்ற நோக்கத்தில் அனுசரணையாக இருந்தார். தன் மனைவி வாசுகியை அன்புடன் சினிமா இரண்டாவது ஆட்டம் அழைத்துச் சென்றார். வாசுகிக்கு இது புது அனுபவமாக இருந்தது. சந்தோஷமாக இருந்தது. இடைவேளையின் போது ஒரு கருப்பு கலர் வாங்கி ஆளுக்கு பாதி பாதியாக குடித்தனர். ருக்மணி அத்தை ஒரு நாள் கூட சினிமா அழைத்துக் கொண்டு போனதில்லை. வருடத்திற்கு ஒருமுறை மன்னார்குடியில் தெப்பம் நடக்கும். அதை பார்க்க அழைத்து கொண்டு போவாள். மற்றபடி வீட்டு வாசலுக்கு கூட அனாவசியமாக போக ருக்மணி அத்தை அனுமதிக்க மாட்டாள்.

தம்பி மூர்த்தி சென்னையில் வேலை பார்க்க ஆரம்பித்தார். முதல் மாதம் சம்பளம் வந்தவுடன் அலுவலகத்தில் இரண்டு நாட்கள் லீவு எடுத்துக் கொண்டு அத்தை ருக்மணியையும், அக்கா வாசுகியையும் பார்க்க வந்தார். முதலில் அத்தை ருக்மணியை நீடாமங்கலம் பார்க்க வந்தார். வரும்போது இனிப்புகள், நிறைய பழங்கள் வாங்கி வந்தார். மூர்த்தியை பார்த்தவுடன் அத்தை ருக்மணிக்கு அவ்வளவு சந்தோஷம். மூர்த்தியை உச்சி முகர்ந்து அன்புடன் அணைத்து கொண்டாள். அத்தை ருக்மணியிடம் கொஞ்சம் கையில் பணம் கொடுத்துவிட்டு அக்கா வாசுகியை பார்க்க கிளம்பினார்,

மூர்த்தி அங்கிருந்து கிளம்பி அக்கா வாசுகி வீட்டிற்கு வந்தார். தம்பியை பார்த்தவுடன் தம்பி மார்பில் முகம் பதித்து வாசுகி அழுதாள். அவர்கள் அப்பா சாமிநாதன் வந்து கணேஷை அடித்தது. கணேஷ திருட்டு தாலி கட்டின படவா என்று ஊரே அதிரும் போல் திட்டிய விபரம் எல்லாம் சொன்னாள். மேலும் கணேஷ் மாத சம்பளம் ரூ.100/- என பொய் சொல்லி தன்னை

கல்யாணம் செய்து கொண்டதாகவும் தம்பி மூர்த்தியிடம் புலம்பினாள்.

தம்பி மூர்த்தி வாங்கி வந்த இனிப்புகள், பழங்களை வாசுகிக்கு கொடுத்துவிட்டு வாசுகியின் எல்லா குறைகளையும் பொறுமையாக கேட்டார். பிறகு வாசுகிக்கு ஆறுதல் கூறி நான் இருக்கேன். கவலைபடாதே என தைரியம் கொடுத்தார். அப்பாவிற்கு கணேஷை திட்ட என்ன உரிமை உள்ளது என கேட்டார். அவ்வளவு அக்கறை இருந்தால் முதலே நல்ல மாப்பிள்ளையாக பார்த்து கல்யாணம் பண்ணி வைத்து இருக்க வேண்டியது தானே என்றார். எல்லாத்துக்கும் அப்பாதான் காரணம். ஆகவே அவர் பேச்சை ஒரு பேச்சாக பொருட்படுத்த வேண்டாம் என அக்காவிற்கு ஆறுதல் கூறினார். அக்கா வாசுகி கொஞ்சம் சமாதானம் ஆனவுடன் அக்கா கையிலும் கொஞ்சம் பணம் கொடுத்துவிட்டு சென்னையை நோக்கி கிளம்பினார்.

வாசுகி அத்தை ருக்மணி கொடுத்த அரிசி, பருப்பு மற்றும் பணம், அடுத்து தம்பி மூர்த்தி கொடுத்த பணத்தை மூலாதாரமாக வைத்துக் கொண்டு குடும்ப செலவுகளை பண்ணிக்கொண்டு வந்தாள். நாட்கள் மெல்ல மெல்ல நகர்ந்தது. ஒவ்வொரு நாளும் சிம்ம சொப்பனமாக தெரிந்தது.

கணேஷுக்கு எந்தவிதமான கெட்ட பழக்கமும் கிடையாது, வெளியில் சாப்பிடுவது எதுவும் கிடையாது. வீட்டில் வாசுகி கையால். என்ன சாப்பிட்டு விட்டு போகிறரோ அதுதான். மறுபடி வீட்டிற்கு வந்து வாசுகி என்ன போடுகிறாளோ அதுதான் சாப்பிடுவார். அலுவலகம் போகும்போது கணேஷ பையில் வைத்துக்கொள்ள காசு கூட கேட்பதில்லை. இதை உணர்ந்த வாசுகிக்கு கொஞ்சம் கொஞ்சமாக கணேஷ் மேல் இருந்த கோபம் போய், கொஞ்சம் அன்பு, மரியாதை ஏற்பட்டது.

வாசுகி மெல்ல மெல்ல நமக்கு கிடைத்த வாழ்க்கை இதுதான் என்று தன்னை மாற்றிக் கொண்டாள். ஆனால் அப்பா தன்னை சரியாக பார்த்துக் கொள்ளவில்லை. என்றும், ருக்மணி அத்தைதான் தன்னை இந்த அளவுக்கு பார்த்துக் கொண்டாள் என்ற எண்ணம் உள் மனதில் ஆழமாக பதிந்து இருந்தது.

ருக்மணி அத்தை கொடுத்த பணத்திலும், தம்பி மூர்த்தி கொடுத்த பணத்திலும் இரண்டு மூன்று மாதங்கள் பிரச்சனை இல்லாமல் ஓடியது.

இதற்கிடையில் வாசுகி கர்ப்பம் அடைந்தாள். வயிற்றில் தற்போது இரண்டு மாத குழந்தை இருந்தது. இந்த நேரம் பார்த்து வயிற்று பசியும் அதிகமாக இருந்தது. ஆனால் வீட்டில் சரியான படி சாப்பிட ஒன்றும் இல்லை.

ஆகவே மீண்டும் ஒருமுறை வாசுகி ருக்மணி அத்தையிடம் உதவி கேட்டு போனாள். வாசுகி தான் இப்போது கர்ப்பமாக இருக்கும் விஷயத்தையும் ருக்மணி அத்தையிடம் தெரிவித்தாள். அதை கேட்டு ருக்மணி அத்தை மிகவும் மகிழ்ச்சி அடைந்தாள். கர்ப்பமாக இருக்கும் வாசுகிக்கு எதாவது செய்ய வேண்டும் என்று இரண்டு கிலோ நெய், 15 படி அரிசி நான்கு கிலோ துவரம் பருப்பு கையில் கொஞ்சம் பணம் கொடுத்து அனுப்பினாள். வாசுகியும் சந்தோஷமாக அனைத்தையும் எடுத்துக்கொண்டு ருக்மணி அத்தையிடம் ஆசிர்வாதம் வாங்கிக்கொண்டு வீட்டிற்கு வந்து சேர்ந்தாள்.

சாயங்காலம் ஆனதும் கணேஷ் அலுவலகத்திலிருந்து வந்தார். வந்ததும் சூடாக காப்பி போட்டு கொடுத்து விட்டு கணேஷிடம் எல்லா விபரங்களையும் தெளிவாக சொன்னாள். கணேஷுக்கும் மனசு கொஞ்சம் சந்தோஷம் அடைந்தது.

இதற்கிடையில் வாசுகி கர்ப்பமாக இருக்கும் விஷயம் தம்பி மூர்த்திக்கும் தகவல் போயிற்று. மூர்த்தியும் மிகவும் சந்தோஷபட்டான். அக்கா வாசுகிக்கு ஒரு வாழ்த்து கடிதமும் பணமும் அனுப்பிக் கொடுத்தான். தம்பி மூர்த்தியிடமிருந்து பணம் வந்தது வாசுகிக்கு அவ்வளவு சந்தோஷம் கொடுத்தது.

கணேஷூன் மாத சம்பளம் ருக்மணி அத்தை கொடுத்த பணம், தம்பி மூர்த்தி அனுப்பிய பணம் எல்லாம் நன்றாக கை கொடுத்தது. அடுத்த மூன்று மாதங்கள் சிரமம் இல்லாமல் ஓடியது. தற்போது வாசுகி ஆறு மாத கர்ப்பவதி ஆகிவிட்டாள். அக்கம் பக்கத்திலும் வாசுகி கர்ப்பவதியாக இருக்கிறாள் என்று அடிக்கடி வந்து பேசவும், கொள்ளவும் ஆறுதல் சொல்லவும் இருந்தார்கள். வாசுகிக்கு மனநிறைவாக இருந்தது. கணேஷூம் அன்போடு வாசுகியை பார்த்துக் கொண்டார்.

வாசுகி ஆறுமாத கர்ப்பிணியாக இருக்கும்போது ருக்மணி அத்தை தன் வீட்டிற்கு வரும்படி வாசுகிக்கு கடிதம் எழுதி போட்டாள். கடிதம் பார்த்ததும் வாசுகி, கணேஷ் இருவரும்

புறப்பட்டு ருக்மணி வீட்டிற்கு வந்துவிட்டார்கள். அங்கு வாசுகியை பெரியம்மா பொறுப்பில் விட்டுவிட்டு கணேஷ் லால்குடி திரும்பி விட்டார். ருக்மணி பெரியம்மா இரண்டு மாதங்கள் வாசுகி தன்னுடன் இருக்கட்டும் என்றும், வாசுகிக்கு எட்டாவது மாதம் ஆகும்போது வளைகாப்பு சீமந்தம் செய்து பிறகு கணேஷை அழைத்துக்கொண்டு போக சொன்னாள். கணேஷும் சரி என்று சொல்லிவிட்டு லால்குடி வந்துவிட்டார்.

கணேஷ் தனியாக வந்து வீட்டை திறந்து உள்ளே போகும்போது வீடு வெறிச்சோ என்று இருந்தது, இரண்டு மாதங்கள் வாசுகியை பிரிந்து எப்படி இருப்பேன் என நினைத்து கணேஷுக்கு அழுகை வந்தது.

கணேஷ் காலையில் எழுந்து காபி போட ஆரம்பித்தார் மிகவும் சிரமத்தை வாசுகி இல்லாததால் உணர்ந்தார். காபிபொடி எங்கிருக்கிறது, சர்க்கரை எங்கிருக்கிறது என ஒன்றும் புரியவில்லை. இதனிடையில் பால்காரன் பால் ஊத்த வந்தான். கணேஷ் அவனிடம் வரும் இரண்டு மாதங்களுக்கு வாசுகி ஊரில் இல்லை. ஆகவே, அரை லிட்டர் பால் வேண்டாம். கால் லிட்டர் பால் மட்டும் ஊற்று போதும் என்றார். பாலை சுடவைத்து காபி போட்டு குடிப்பதற்குள் போறும் போறும் என்று ஆகிவிட்டது.

கணேஷ் காலையில் காப்பி குடித்து விட்டு குளிக்க சென்றார். பிறகு பக்கத்தில் உள்ள ஓட்டலில் இரண்டு இட்லி சாப்பிட்டு விட்டு அலுவலகம் கிளம்பி சென்றார். சாயங்காலம் ஆகிவிட்டது. வாசுகி இல்லாமல் வீட்டிற்கு போகவே பிடிக்கவில்லை. இருப்பினும் என்ன செய்வது. வீட்டிற்கு போய் வீட்டை கூட்டி பெருக்க ஆரம்பித்தார். மறுநாள் சீக்கிரமாக எழுந்து துணி துவைக்க வேண்டும் என்று நினைத்துக் கொண்டார். அப்போது வாசலில் யாரோ கூப்பிடும் குரல் கேட்டது. எழுந்து வந்து பார்க்கும் போது பக்கத்து வீட்டு அம்மா சாப்பாடுடன் நின்று கொண்டிருந்தாள். கணேஷ் பார்த்தவுடன் பக்கத்து வீட்டு அம்மா கணேஷை நலம் விசாரித்து விட்டு வாசுகியின் விபரம் கேட்டு அறிந்தாள். அன்புடன் சாப்பாட்டை கொடுத்து சாப்பிட சொன்னாள். ஆனால் கணேஷ் எவ்வளவோ மறுப்பு சொல்லியும் அந்த அம்மா கணேஷை விடுவதாக இல்லை. பிறகு தட்டி கழிக்க முடியாமல் கணேஷ் அந்த சாப்பாட்டை வாங்கிக் கொண்டார்.

கணேஷ் சாப்பாட்டை உள்ளே எடுத்து போய் சாப்பிட ஆரம்பித்தார். சாப்பாடு அப்போதுதான் பண்ணியது போல் சூடாக இருந்தது. நல்ல பசியாகவும் இருந்தது. சாப்பிட்டு விட்டு பாத்திரங்களை கழுவி வைத்தார் காலையில் கொடுக்க போகலாம். இப்போது இரவு ஆகிவிட்டது என கணேஷ் நினைத்தார். படுத்துக்கொண்டே பக்கத்து வீட்டு அம்மாவின் அன்பையும் வாசுகி அவர்களிடம் வைத்துள்ள நட்பையும் நினைத்து மிகவும் பெருமை அடைந்தார். வாசுகியை நினைத்துக் கொண்டே அப்படியே கண் அயர்ந்தார்.

கணேஷுக்கு மெல்ல மெல்ல நாட்கள் நகர தொடங்கியது. வாசுகி இல்லாமல் இந்த இரண்டு மாதங்கள் எப்படி ஓடும் என கவலையாக இருந்தது. கணேஷ் எப்படா இந்த இரண்டு மாதங்கள் முடியும் என காத்திருந்தார். கடைசியாக ஒரு வழியாக ருக்மணி பெரியம்மாவிடமிருந்து கடிதம் வந்தது. வரும் மே 2-ந் தேதி வளைகாப்பு சீமந்தம் வைத்துள்ளதாகவும் அதற்கு தகுந்தாற் போல் பறப்பட்டு வரும்படி பெரியம்மா லெட்டரில் எழுதி இருந்தாள். வாசுகி நலமாக இருப்பதாகவும் அதில் தெரிவித்து இருந்தாள்.

அதேபோல் வாசுகி தம்பி மூர்த்திக்கும், அவள் அப்பா சாமிநாதனுக்கும் ருக்மணி தெரியபடுத்தி கடிதம் போட்டாள். கணேஷ் ஒரு பக்கம் சந்தோஷ பட்டாலும், வாசுகியின் அப்பா இதற்கு வராமல் இருக்க வேண்டும் என கடவுளை வேண்டிக் கொண்டிருந்தார். கணேஷ் பிறகு ஆபிஸில் சம்பளம் வாங்கிக்கொண்டு இரண்டு மூன்று நாட்கள் லீவு சொல்லிவிட்டு மே 1ந் தேதியில் ருக்மணி பெரியம்மா வீட்டிற்கு நீடாமங்கலம் செல்ல கிளம்பி விட்டார். ருக்மணி பெரியம்மா வீட்டிற்கு போய் சேர்ந்த போது நல்ல வேளை வாசுகியின் அப்பா வரவில்லை. தம்பி மூர்த்தி மட்டும் தான் சென்னையிலிருந்து வந்திருந்தான், கணேஷ் மனசுக்கு ஒரு நிம்மதியாக இருந்தது. இரண்டு மாதத்திற்கு பிறகு வாசுகியை பார்த்தவுடன் இருவரின் கண்களும் ஒருத்தர் ஒருத்தரை பார்த்தவுடன் கலங்கி விட்டது. இரவு அனைவரும் சேர்ந்து சாப்பிட்டு விட்டு தூங்க சென்றனர். ஆனால் வாசுகிக்கும் கணேஷுக்கும் இரவு சரியாக தூக்கம் வரவில்லை.

மறுநாள் பொழுது விடிந்தது. வாசுகியின் வளைகாப்பு சீமந்தம் விழாவிற்கு அனைவரும் குளித்து விட்டு தயாராகினர் காலை 9.30 மணி ஆயிற்று ஊர் பெரியவர்கள் இந்த விழாவில் ஒவ்வொருவராக வர ஆரம்பித்தனர். தம்பி மூர்த்தி அனைவரையும் வரவேற்று உபசரித்தான் மெல்ல மெல்ல விழா களைகட்ட துவங்கியது.

மகளிர் குழு ஆர்வத்துடன் கலந்து கொண்டு மங்கள பாட்டு பாடிக் கொண்டே வாசுகியின் வளைகாப்பு சீமந்தம் சிறப்பாக நடந்தது. விழா முடியும் தருவாயில் அவரவர்கள் மொய் பணம் வைத்து கொடுத்தார்கள் வாசுகி அந்த மொய் பணத்திலிருந்து ரூ.10/-ஐ ருக்மணி அத்தைக்கு தெரியாமல் தன் வசம் வைத்துக் கொண்டாள். பிறகு வாசுகியின் வளைகாப்பு சீமந்த விழா சிறப்பாக நடந்து முடிந்தது.

வாசுகியின் வளைகாப்பு சீமந்தம் நல்லபடியாக நடந்து முடிந்த மறுநாள் கணேஷ் வாசுகியை அழைத்துக் கொண்டு லால்குடி தன் வீட்டிற்கு புறப்பட்டு விட்டார். வாசுகி புறப்படும் போது ருக்மணி அத்தை வாசுகி கையில் கொஞ்சம் பணம் கொடுத்து அனுப்பிவைத்தாள்.

வாசுகி நல்லபடியாக தன் வீட்டிற்கு கணேஷுடன் வந்து சேர்ந்தாள். வாசுகி மறுநாள் காலை எழுந்து மெல்ல சமைப்பதற்கு ஆயத்தமானாள். அங்கு வாசுகிக்கு அதிர்ச்சி காத்திருந்தது. வாசுகி எந்த சாமான் டப்பாவை திறந்தாலும் அது காலியாகவே இருந்தது. வாசுகி தன் கையில் இருந்த பணத்தை கொடுத்து கணேஷிடம் என்னென்ன சாமான்கள் வேண்டும் என்ற லிஸ்டையும் கொடுத்தாள். அலுவலகம் போகும்போது அந்த லிஸ்டையும் பணத்தையும் மளிகை கடையில் கொடுக்க சொன்னாள். தற்போதைக்கு காலையில் சாப்பிட கடையிலிருந்து வாசுகி இட்லி வாங்கி வரசொன்னாள். கணேஷும் அப்படியே செய்வதாக சொன்னார்.

வாசுகி வீட்டிற்கு வந்து சேர்ந்தது கணேஷுக்கு மிகவும் பக்கபலமாக இருந்தது. சிறுக சிறுக நாட்கள் கழிந்து வாசுகிக்கு பிரசவ நேரம் நெருங்கிக் கொண்டிருந்தது. வாசுகிக்கு இந்த சமயத்தில் யாராவது உதவிக்கு இருந்தால் தேவலாம் போல் தோன்றியது. வாசுகி நீண்ட யோஜனைக்கு பிறகு தனது தூரத்து

சொந்த சகோதரி பிச்சம்மாவை வர சொல்லி கடிதம் எழுதினாள். கடிதம் கண்டவுடன் பிச்சம்மாவும், கும்பகோணத்திலிருந்து புறப்பட்டு லால்குடி வந்து சேர்ந்தாள். பிச்சம்மாவை பார்த்ததும் வாசுகி மிக்க மகிழ்ச்சி அடைந்தாள்.

வாசுகிக்கு எந்த நேரமும் பிரசவ வலி எடுக்கும் என்ற நிலைமை வந்தது. ஆனால் வீட்டில் கொஞ்சம்கூட பணம் இல்லை. வாசுகியை ஆஸ்பத்திரி வரை அழைத்துச் செல்ல வண்டிக்கு கூலி கொடுக்க கூட பணம் இல்லை. கணேஷ் நீண்ட நேரம் சிந்தனை செய்துவிட்டு வீட்டில் இருந்த ஒரு பித்தளை பாத்திரத்தை விற்று விட்டு வண்டி கூலி கொடுக்க பணம் ஏற்பாடு செய்தார்.

வாசுகிக்கு ஜூன் மாதம் 8-ந்தேதி இரவு சுமார் 02.00 மணியளவில் பிரசவ வலி எடுக்க ஆரம்பித்து விட்டது. கணேஷ் மிகவும் சிரமபட்டு அந்த இரவு நேரத்தில் ஒரு குதிரை வண்டியை அழைத்துக் கொண்டு வந்தார். வாசுகியை மெல்ல அந்த குதிரை வண்டியில் ஏற்றி கொண்டுபோய் லால்குடி அரசாங்க பிரசவ ஆஸ்பத்திரியில் கணேஷ் சேர்ந்தார்.

வாசுகியை பிரசவத்திற்காக ஆஸ்பத்திரியில் சேர்த்து விட்டு கணேஷ் ஆஸ்பத்திரி வாசலில் பதட்டமாக அங்கும் இங்கும் நடந்து கொடுத்தார். அந்த இரவு நேரத்திலும் கொஞ்சம் குளிர்ச்சியாக இருந்த போதும் கணேஷுக்கு உடல் பூரா முத்து முத்தாக வியர்வை ஊற்றியது. கணேஷ் மனத்திற்குள் எல்லா கடவுளையும் வேண்டி கொண்டிருந்தார். கடைசியாக ஜூன் 9ந் தேதி விடியற்காலை 05.30 அளவில் வாசுகி ஆண் குழந்தையை ஈன்று எடுத்தாள்.

ஆஸ்பத்திரி நர்ஸ் வெளியே வந்து கணேஷிடம் வாசுகிக்கு ஆண் குழந்தை பிறந்துள்ளதாக தெரியப்படுத்தினாள். இதை கேட்டுவிட்டு வாசுகியின் உடல்நிலை கேட்டு அறிந்தார். நர்ஸ் கணேஷிடம் வாசுகியும் குழந்தையும் நன்றாக இருப்பதாக சொன்னாள். இதைகேட்டு கணேஷ் அளவிலா சந்தோஷம் அடைந்தார். உடனே வீட்டிற்கு போய் அக்கம்பக்கத்தில் இருப்பவர்களிடம் சொல்லி விட்டு வீட்டில் குளித்து விட்டு அலுவலகத்தில் அனைவருக்கும் தெரியப்படுத்த கிளம்பினார்.

கணேஷ் போகும்போது நிறைய 25 பைசா சாக்லெட் வாங்கிக் கொண்டு போனார்.

வாசுகிக்கு குழந்தை பிறந்து இரண்டு நாட்கள் ஆனதும் ஆஸ்பத்திரியிலிருந்து வாசுகியையும், குழந்தையையும் வீட்டிற்கு அழைத்து வந்தனர். குழந்தை அழுகை சத்தம் கேட்டு வீட்டிற்கு அக்கம் பக்கத்தில் இருந்தவர்கள் ஓடி வந்து குழந்தையை பார்த்தனர். அவரவர்கள் குழந்தை கையில் கொஞ்சம் பணம் கொடுத்துவிட்டு குழந்தையை கண்டு மகிழ்ந்தனர்.

பிறகு குழந்தை பிறந்து 13 நாட்கள் ஆன பிறகு ஒரு சிறிய பூஜை வைத்து அந்த குழந்தைக்கு "ரவி" என பெயர் சூட்டினர். குழந்தையை மிகவும் ஆசையுடனும், பாசத்துடனும் வளர்ந்தனர்.

இதில் வாசுகி ரவியிடம் அளவுக்கு அதிகமாக பாசம் காட்டி வளர்த்தாள். வாசுகிக்கு ரவி என்றால் உயிர். ஏன் அவ்வளவு பாசம் என்றால் வாசுகி சிறு வயதிலேயே அம்மா இறந்து விட்டாள். அப்பாவும் சரியானபடி இல்லை. ருக்மணி அத்தை வளர்த்தாலும் பாசத்தை உணர முடியவில்லை. கணவர் கணேஷ் பொய் சொல்லி கல்யாணம் செய்து கொண்டார். அதில் வாசுகிக்கு உள்ளூற ஏமாற்றம் தம்பி மூர்த்தி சென்னைக்கு போய்விட்டான் இதெல்லாம் காரணமாக மகன் ரவி மீது அதிக பாசம் ஆயிற்று.

"மாணிக்கம் கட்டி வயிரம் இடை கட்டி
ஆணிப் பொன்னால் செய்த வண்ணச் சிறுத்தொட்டில்
பேணி உனக்குப் பிரமன் விடுதந்தான்
மாணிக் குறளனே தாலேலோ!
வையம் அளந்தானே தாலேலோ"

- பெரியாழ்வார்

டெல்லி பயணம்

வாசுகியும், கணேஷஉம் மகன் ரவியை மிகவும் பாசத்துடனும், அன்புடனும் வளர்த்து வந்தனர். வாசுகி அவ்வப்பொழுது குடும்ப கஷ்டங்களை ரவியிடம் பகிர்ந்து கொள்வதால் ரவி மிகவும் குடும்ப பொறுப்பு உள்ளவனாக வளர்ந்தான்.

வாசுகியின் கஷ்டங்களை பார்த்துவிட்டு ரவி தான் எப்படியாவது படித்து பெரிய வேலைக்கு வந்து அம்மாவிற்கு நிறைய காசு கொடுக்க வேண்டும் என்ற ஆசையும். ஆவலும் மனதிற்குள் கொழுந்து விட்டு எரிந்தது.

ஆனால் குடும்ப கஷ்டங்கள் காரணமாக ரவியை 12-ம் வகுப்பு வரைக்கும்தான் படிக்க வைக்க முடிந்தது. அதற்கு பிறகு மேல் படிப்பை விட்டுவிட்டு டைப்ரைட்டிங் ஷார்ட்ஹாண்ட் படிக்க வைத்தார்கள். இதை படித்தாலாவது வேலை உடனே கிடைக்கும் என்ற எண்ணம். அம்மா, அப்பா சொன்ன படியே படித்துக்கொண்டு வந்தான்.

இதற்கிடையில் தம்பி மூர்த்திக்கு கல்யாணம் ஆகிவிட்டது. தம்பி மூர்த்தி P&T டிபார்ட்மெண்ட்டில் பிரமோஷன் கொடுத்து தலைநகர் டெல்லிக்கு மாற்றி விட்டார்கள். மூர்த்தியும் தலைநகர் டெல்லியில் பணியில் சேர்ந்து வேலை பார்த்துக் கொண்டிருந்தார்.

ரவி குடும்ப நிலைமையை பார்த்து கிடைத்த வேலையில் உடனே சேர முயற்சியை ஆரம்பித்து விட்டான். ஆனால் எங்கு வேலை காலியாக உள்ளது எப்படி வேலைக்கு அப்ளிகேஷன் போட வேண்டும் என்பது தெரியவில்லை. சொல்லி கொடுப்பாரும் யாருமில்லை. ரவிக்கு வேலைக்கு சேர பரிட்சை கொடுக்க

வேண்டும் என்பது கூட தெரியாது. யாராவது வேலையில் சேர்த்துவிட மாட்டார்களா என ரவி ஏங்கினான். ஒரு நாள் ரவிக்கு கனரா பேங்கில் வேலையில் சேர்ந்து விட்ட மாதிரியும் அங்கு ஏகப்பட்ட பணத்தை எண்ணுவது போலவும் கனவு வந்தது. ரவியின் அப்பா கணேஷுக்கும் வேலையில் சேர பரீட்சை எழுத வேண்டும் என்ற விபரம் சுத்தமாக தெரியாமல் இருந்தது.

ரவிக்கு உடனே வேலையில் சேர வேண்டும் என்ற எண்ணம் இருந்தது. ஆனால் வேலையில் சேர வழி தெரியாமல் தவித்துக் கொண்டிருந்தான். ரவிக்கு சரியானபடி வழி காட்டவும் யாரும் இல்லை. பொருளாதாரம் காரணமாக வீட்டில் செய்திதாள்களும் வருவதில்லை. ரொம்ப கஷ்டமான நிலமை.

இந்த தருணத்தில் ரவியுடன் படிக்கும் நண்பர்கள் டைப் ரைட்டிங், ஷார்ட்ஹாண்ட் படித்தவர்களுக்கு டெல்லி, மும்பையில் மிகவும் அதிக வாய்ப்புகள் உள்ளது. அங்கு முயற்சி செய் என அறிவுரை சொன்னார்கள். டெல்லி, மும்பையில்தான் நிறைய கம்பெனிகள் உள்ளது அங்குதான் வேலை வாய்ப்புகள் அதிகம் என சொன்னார்கள். ரவி தன் நண்பர்கள் கொடுத்த அறிவுரைகளை அவனுடைய அம்மா வாசுகியிடம் சொன்னான்.

அம்மா வாசுகி தன் மகனை மிகவும் தூரத்திற்கு அனுப்ப தயாராக இல்லை. வாசுகி மறுத்து விட்டாள். ஆனால் கணேஷ் வாசுகியை அழைத்து உன் பாசத்தை காட்டி ரவியின் வாழ்க்கை முன்னேற்றத்திற்கு குறுக்கே நிற்காதே என அறிவுரை கூறினார். ரவியை டெல்லி அல்லது மும்பாய் தைரியமாக அனுப்பு. ஏன் என்றால் ரவிக்கு என்று தனி வாழ்க்கை உள்ளது. அவன் வாழ்க்கையில் முன்னேற வேண்டும். நம்முடைய குடும்ப நிலைமையும் சரியில்லை என வாசுகிக்கு அறிவுரை சொல்லி தேற்றினார்.

வாசுகி ரவி டெல்லி அல்லது மும்பாய் போகிற விஷயத்தை பேசினாலே கண் கலங்கினாள். வாசுகி மேலும் இதைபற்றி அக்கம் பக்கத்தில் சொல்ல அவர்களும் கணேஷ், ரவியின் அப்பா சொல்வதுதான் சரி. ரவியின் வாழ்க்கை முன்னேற்றத்திற்கு அவனை டெல்லி அல்லது மும்பாய் அனுப்புவது தான் சரி என வாசுகிக்கு அறிவுரை கூறினார்கள். ரவி இங்கேயே இருந்தால் வீணாகி விடுவான் என பயமுறுத்தினார்கள்.

வாசுகியும் இரவு பூராவும் ரவியை பிரிய போவதை நினைத்து கதறி அழுதாள். கண்கள் கலங்கியது. பிறகு வாசுகியே மனதை தேற்றிக்கொண்டு டெல்லியில் இருக்கும் தன் தம்பி மூர்த்திக்கு லெட்டர் போட்டாள். தன் மகன் ரவி 12-வது படித்து முடித்து விட்டதாகவும், டைப்ரைட்டிங் ஷார்ட்ஹாண்ட் படித்திருப்பதாகவும், ஏதாவது டெல்லியில் கம்பெனியில் சேர்த்து விடும்படி வேண்டுகோள் விடுத்தாள்.

அக்காவின் கடிதம் கண்டவுடன் மூர்த்தியும் டெல்லி அழைத்துக் கொள்ள சம்மதம் தெரிவித்து ரவியை உடனே டெல்லிக்கு அனுப்ப சொன்னார். வாசுகியும் தம்பி இருக்கும் தைரியத்தில் ரவியை டெல்லிக்கு அனுப்ப தைரியமானாள்.

வாசுகி குடும்ப நிலமை காரணமாகவும் ரவியின் முன்னேற்ற பாதையில் குறுக்கே நிற்கக் கூடாது என்ற காரணங்களை முன்னிட்டு ரவியை டெல்லிக்கு அனுப்ப மனதை தேற்றிக் கொண்டாள். அதிக பாசம் காரணமாக இரவு முழுக்க தன் மகன் ரவியை அணைத்துக் கொண்டு கலங்கிய கண்களோடு படுக்க ஆரம்பித்தாள்.

ரவியும் அம்மாவிற்கு நிறைய ஆறுதல் சொன்னான். அம்மா வாசுகியிடம் நான் டெல்லி போய் சம்பாதித்து நிறைய பணம் அனுப்புகிறேன். அடிக்கடி கடிதம் போடுகிறேன். கவலைபடாமல் இரு என தைரியம் சொன்னான். ஆனாலும் ரவிக்கு அப்பா, அம்மா சொந்த ஊர் விட்டு போக மனதில்லை. இருந்தாலும் அப்பா, அம்மாவிற்கு தான் பாரமாக இருக்கக் கூடாது என்றும், நிறைய சம்பாதித்து அம்மா வாசுகியிடம் கொடுக்க வேண்டும் என்பதாலும் ரவி டெல்லி போக சம்மதித்தான்.

ரவி தற்போது டெல்லி போக தீர்மானம் ஆகிவிட்டது. டெல்லி போக ரிசர்வேஷன் செய்ய அக்கம்பக்கத்தில் சொல்லி வாசுகி கடனாக கொஞ்ச பணம் ஏற்பாடு செய்தாள். ரவி டெல்லி போக ரிசர்வேஷன் செய்ய அப்பா கணேஷூம் கூட சென்றார். ரவி டெல்லி போக 15 ஜூன் 1978 திருச்சி to சென்னை இரவு ராக்போர்ட் எக்ஸ்பிரஸிலும், 16 ஜூன் 1978 இரவு GT Express-லும் ரிசர்வேஷன் செய்து விட்டு வந்தனர்.

அப்பா, ரவி தன் மகன் தன்னைவிட்டு பிரிய போகிறான் என்ற ஏக்கம் இருந்தாலும், குடும்ப நிலமை ரவியின் முன்னேற்ற

பாதையை கருத்தில் கொண்டு மனதை தைரியப்படுத்திக் கொண்டார்.

ரவி டெல்லிக்கு கிளம்ப நாலு ஐந்து நாட்கள் இருந்தன. இந்த நாலு ஐந்து நாட்களில், ரவி எல்லா நண்பர்களையும் சந்தித்து தான் டெல்லி செல்லும் விபரத்தை கூறினான். அனைவரும் மிகவும் பிரியத்துடன் டெல்லி போய் எங்களை மறந்து விடாதே என்றும், அடிக்கடி லெட்டர் போடும் படியும் சொல்லி பிரியா விடை கொடுத்தனர்.

அந்த காலத்தில் டெலிபோன் வசதியில்லை, மொபைல் கிடையாது. கம்ப்யூட்டர் கிடையாது. வெறும் லெட்டர்தான் எழுத வேண்டும். அதனால் பாசம் அதிகமாக இருந்தது. கண்ணீர் வந்தது. இதெல்லாம் இப்ப வந்தபிறகு பாசமும் போய்விட்டது கண்ணீரும் காய்ந்து விட்டது.

ரவி தன்னிடமிருந்த பழைய பேண்டுகள் இரண்டு மற்றும் இருந்த சொல்ப துணிமணிகளை எடுத்துக் கொண்டான். படிப்பு சான்றிதழ்கள் எடுத்துக்கொண்டான். இடையே அடிக்கடி கோவிலுக்கும் போய்விட்டு வந்தான். புது துணிமணிகள் வாங்க வழியில்லாமல் போய்விட்டது. அம்மாவின் பழைய புடவை ஒன்றையும் கூட எடுத்துக் கொண்டான்.

கடைசியாக ஜூன் 15-ந் தேதியும் ரவி டெல்லிக்கு கிளம்ப வேண்டிய நாளும் வந்தது. காலையிலிருந்தே ரவிக்கு என்னமோ போல் இருந்தது.

மாலை 07.00 மணியளவில் அனைவரும் சாப்பிட தொடங்கினர். 07.30 மணிக்கு சாப்பாடு எல்லாம் முடிந்த பிறகு 07.45-க்கு வீட்டை விட்டு மூவரும் கிளம்பினர். இரண்டு பர்லாங் நடந்து சென்று டவுன் பஸ்ஸை பிடித்து கிட்டதட்ட 08.30 மணிக்கு திருச்சிராப்பள்ளி ரயில் நிலையம் வந்து சேர்ந்தனர்.

முதல் பிளாட்பாரத்தில் ராக்போர்ட் எக்ஸ்பிரஸ் தயாராக நின்று கொண்டிருந்தது. இரயிலை பார்த்ததும் தாயையும், தந்தையையும் சற்றுநேரத்தில் பிரிக்க போகிற எமனாக ரவியின் கண்களுக்கு தோன்றியது. கணேஷூம் வாசுகியும் தன் துக்கத்தை வெளிகாட்டாமல் சிரித்து பேசிக் கொண்டிருந்தனர். ரவி பெட்டியை தன் சீட்டில் வைத்துவிட்டு கீழே இறங்கி அப்பா, அம்மா பக்கத்தில் வந்து நின்று கொண்டிருந்தான். அதற்குள் டீசல் என்ஜின் கோர்க்கப்பட்டு ரயில் புறப்பட தயாராக ஆனது.

அடிக்கடி சிக்னலை பார்த்துக் கொண்டிருந்தனர். சிக்னல் சிவப்பாக இருந்தது. மணி 9.00-ஐ நெருங்கி கொண்டிருந்தது. சிக்னல் சிவப்பாக இருந்தது பச்சையாக மாறியது. சிக்னல் பச்சையாக மாறிய உடனே வாசுகியின் கண்கள் குளம்போல் கலங்கியது. கணேஷன் கண்களும் கலங்கின. ரயில் வண்டி மெல்ல பிளாட்பாரத்தை விட்டு நகர ஆரம்பித்தது. வாசுகி ரவியை உடனே வண்டியில் ஏற சொன்னாள். ரவியும் ஓடிக்கொண்டே வண்டியில் ஏறினான். ரவி கதவு பக்கத்திலேயே நின்றுகொண்டு அப்பா, அம்மாவின் முகம் மறையும் வரை கையசைத்து டாட்டா காண்பித்துக் கொண்டே இருந்தான். அவர்களும் பிளாட்பாரத்தில் ரயில் வண்டி கண்ணை விட்டு மறையும் வரை நின்றுகொண்டு இருந்தனர்.

ரயில் வண்டி புறப்பட்டு சென்றவுடன் வாசுகியும், கணேஷம் பெஞ்சில் அமர்ந்து குலுங்கி குலுங்கி அழுதனர். பிறகு ஒருவர் ஒருவரை ஒருவர் சமாதானம் செய்து அழுகை அடங்க அரை மணி நேரம் ஆகியது. பிறகு கணேஷம் வாசுகியும் ஒரு காப்பியை வாங்கி ஆளுக்கு பாதி குடித்துவிட்டு கொஞ்சம் சமாதானமாகி ரயில்வே ஸ்டேஷனை விட்டு வீட்டிற்கு கிளம்பினர்.

ரவி ரயிலில் அப்பா, அம்மாவை பிரிந்த சோகத்தில் விக்கி விக்கி அழுதான். நீண்டநேரம் வரை அழுகை அடங்கவில்லை அரியலூர் வரும் வரை அழுதுகொண்டே இருந்தான். பக்கத்து சீட்டில் இருந்தவர் ரவிக்கு ஆறுதல் சொல்லி தண்ணீர் குடிக்க சொன்னார். அப்போது ரவிக்கு அழுகை கொஞ்சம் அடங்கியது. ஆனால் ரவி இரவு பூரா ரயில் சென்னை வந்தடையும் வரை தூங்கவில்லை.

வாசுகியும், கணேஷம் தன் மகன் ரவியை இரயிலேற்றி விட்டு உயிரை பிரிந்தது போல் நடைபிணமாக வீடு வந்து சேர்ந்தனர். இரவு படுக்கையில் படுத்தபிறகு வாசுகிக்கும் கணேஷுக்கும் தூக்கம் வரவில்லை. கண்களில் கண்ணீர் தன்னையும் அறியாமல் வந்து கொண்டே இருந்தது. படுக்கையில் இரவு முழுவதும் பிரண்டு பிரண்டு படுத்தார்கள். ஒரு வழியாக இரவு கழிந்தது. காலையில் எழுந்து வேலை பார்க்க வாசுகிக்கு மனதில் தெம்பு இல்லை. இருப்பினும் மனதில் கவலையோடு வேலை பார்த்தாள்.

ராக்போர்ட் எக்ஸ்பிரஸ் கொஞ்சம் கொஞ்சமாக தூரத்தை நீந்தி தன் பிரயாணத்தை முடித்துக் கொண்டது. ரவி காலையில் ராக்போர்ட் எக்ஸ்பிரஸில் இருந்து இறங்கி எக்மோர் ரயில் நிலையத்தில் உள்ள இரண்டாம் வகுப்பு தங்கும் அறையில் சரணடைந்தான். காலை கடன்களை முடித்து விட்டு அங்கேயே ஓய்வு எடுக்க தொடங்கினான். அவனுக்கு மாலை 07.15-க்குத்தான் டெல்லி செல்லும் G.T. Express சென்னை சென்ட்ரல் நிலையிலிருந்து புறப்படும்.

மாலை 5.30 மணியளவில் எக்மோர் ரயில் நிலையம் 2-ம் வகுப்பு தங்கும் அறையிலிருந்து புறப்பட்டு, ரவி செனரல் ரயில் நிலையம் செல்ல தொடங்கினான். ரவி செனரல் நிலையத்திலிருந்த G.T. Express-ல் ஏறி அமர்ந்தான். G.T. Express 16-ந் தேதி மாலை 07.15க்கு கிளம்பி 18-ந் தேதி காலை 07.00 அளவில் புதுடெல்லி வந்து அடையும்.

ரவி 18 ஜூன் 1978-ல் காலை 07.00 மணிக்கு புதுடெல்லி வந்து அடைந்தான். மாமா மூர்த்தி புதுடெல்லி ரயில் நிலையத்திற்கு வந்து ரவியை வீட்டிற்கு அழைத்துக் கொண்டு போனார். ரவி ஆட்டோவில் போகும்போது வழியை பார்த்து கொண்டு வந்தான். வழியெல்லாம் பெரிய பெரிய உயரமான கட்டிடங்கள், பன் நாட்டின் தூதரகங்கள், மிகவும் தூய்மையான ரோடு, ரோட்டின் இரு பக்கத்திலும் வண்ண வண்ண பூக்கள். பார்க்கவே மிகவும் ரம்மியமாக இருந்தது.

மாமா மூர்த்தி தங்கியிருந்த வீட்டிற்கு வந்தான். மாமா P&T Department குவார்டஸில் குடியிருந்தார். அங்கிருந்த அனைத்து வீடுகளும் ஒரே மாதிரியாக கட்டப்பட்டிருந்தது. அங்கிருந்த ரோடுகள் மிகவும் சுத்தமாக இருந்தது.

- பட்டினத்தார்

சந்தோஷ வரவேற்பு

மாமா மூர்த்தி சற்று நேரத்தில் குளித்து விட்டு தன் அலுவலகம் போக கிளம்பினார். அலுவலகம் போவதற்கு முன், ரவியை அன்று முழுவதும் ஓய்வு எடுத்துக்கொள், மற்றும் ஒரிரு நாட்களில் வேலைக்கு ஏற்பாடு செய்வதாகவும் கூறினார்.

மாமா அலுவலகம் கிளம்பி போன பின் ரவி குளித்து, சாப்பிட்டு விட்டு முதலில் அம்மா வாசுகிக்கு பாசமிகு கடிதம் எழுத தொடங்கினான். ரவி தன்னுடைய ரயில் பிரயாணத்தை பற்றியும், ரயில் மத்திய பிரதேசம் கடக்கும் போது ஏழு/எட்டு மலை குகைக்குள் பூந்து வந்ததையும், தான் பத்திரமாக வந்து சேர்ந்த விபரங்களை எழுதி கடிதத்தை தபாலில் சேர்ந்தான்.

மாலை நேரம். ரவி அக்கம் பக்கத்தில் இருந்தவர்கள் அனைவரும் புரியாத பாஷை பேசுகிறார்கள். ஒன்றுமே புரியவில்லை. ஹிந்தி பாஷை ரவிக்கு இங்கு எப்படி இருக்க போகிறோம் என்ற கவலை, மற்றும் அம்மா, அப்பாவை விட்டு பிரிந்து வந்தால் பாச சோகம், ரவிக்கு தற்போது தாம் ஏன் டெல்லி வந்தோம், திரும்பி ஊருக்கே போய் விடலாமா என்ற எண்ணம் தான் மேலோங்கி நின்றது இருப்பினும் மனதை மிகவும் கட்டுப்படுத்திக் கொண்டிருந்தான்.

மாமா மூர்த்தி ஒரிரு இடத்தில் தெரிந்தவர்களிடம் சொல்லி ரவிக்கு இன்டர்வ்யூ ஏற்பாடு செய்திருந்தார். ரவி இன்டர்வ்யூ கொடுக்க சென்ற இடத்தில் அவர்கள் அணிந்திருக்கும் கோட், சூட் உடைகளை கண்டு மிரண்டான். தொடை நடுங்க ஆரம்பித்தது. இரண்டு, மூன்று இண்டர்வ்யூ கொடுக்க சென்ற இடத்தில் அவர்களின் ஆங்கில உச்சரிப்புக்கும் தமிழ்நாட்டில் உச்சரிப்புக்கும் நிறைய வேறுபாடுகள் இருந்தது. ஆகவே ரவியால்

சரியாக ஷார்ட்ஹேண்ட் டிக்டேஷன் எடுக்க முடியவில்லை. அனைவரும் ஒரே மாதிரியாக ரவியின் இங்கிலீஷ் வீக். ஆனால் டைப்பிங் நன்றாக உள்ளது என்றனர். கடைசியாக ஒரு கம்பெனியில் டைப்பிஸ்டாக வேலையில் சேர்ந்தான், மிகவும் குறைந்த சம்பளம்.

ரவி ஒரு கம்பெனியில் டைப்பிஸ்டாக வேலைக்கு சேர்ந்தவுடன் அம்மா, அப்பாவிற்கு இந்த சந்தோஷ சமாச்சாரத்தை கடிதம் மூலம் தெரிவித்தான். வாசுகியும். கணேஷும் என் பிள்ளை ரவி வேலையில் சேர்ந்து விட்டான் என கடிதம் கண்டு மகிழ்ச்சி அடைந்தனர். ரவிக்கு கவலைப்படாமல் இருக்க சொல்லியும், உடம்பை பார்த்துக் கொள்ள சொல்லி அன்புடன் பதில் கடிதம் எழுதினர்.

ரவி இரண்டு, மூன்று மாதங்கள் கம்பெனியில் டைப்பிஸ்டாக வேலை பார்த்துக் கொண்டிருந்தான். ஆனால் இந்த வேலை ரவிக்கு பிடிக்கவில்லை. சம்பளம் மிகவும் குறைவு. வரும் சம்பளம் அவனுடைய செலவுக்கே சரியாக இருந்தது. ஊருக்கும் பணம் அனுப்ப முடியவில்லை. ரவி சர்க்கார் வேலையில் சேர வேண்டும் என ஆசைப்பட்டு, அந்த ஆசையை தன் மாமா மூர்த்தியிடம் தெரிவித்தான்.

நல்வாய்ப்பாக அடுத்த ஒரிரு மாதங்களுக்கு பிறகு P&T நிறுவனத்தில் ஆட்கள் நியமனத்திற்கு விளம்பரம் வந்திருந்தது. விளம்பரத்தில் குறிப்பிட்ட தகுதி எல்லாம் ரவியிடம் இருந்தால் உடனே விண்ணப்பித்தான். பணி நியமன முறைகள் முடிய கிட்டத்தட்ட 10 மாதங்கள் ஆகிவிட்டது. அரசாங்க வேலை நியமன ஆர்டர் கைக்கு கிடைத்தவுடன் கம்பெனி வேலையை தூக்கி எறிந்து விட்டு வந்து விட்டான். ரவிக்கு அரசாங்க வேலை கிடைத்ததில் மிக்க மகிழ்ச்சி.

இந்த சந்தோஷமான விஷயத்தை வாசுகியும், கணேஷும் கேள்விப்பட்டு அளவிலா மகிழ்ச்சி அடைந்தனர். என் பிள்ளைக்கு அரசாங்க வேலை கிடைத்து விட்டது என அளவிலா பெருமிதம் அடைந்தனர். அவர்கள் அடைந்த மகிழ்ச்சிக்கு அளவே இல்லை. அரசாங்க ஆணைபடி ஜூன் 26, 1979-ல் வேலையில் சேர்ந்தான். அரசாங்கத்தில் ரவிக்கு கிளார்க் வேலை. சம்பளம் மாதம் 500 ரூபாய்.

ரவி அரசாங்க வேலையில் சேர்ந்து விட்டான் என கணேஷ் அறிந்து மிகவும் பெருமிதம் அடைந்தார். குடும்ப கஷ்டம் கொஞ்சம் கொஞ்சமாக தீரும் என நம்பினார். ரவி இனி தன் காலில் நிற்க ஆரம்பித்து விட்டதால் கணேஷூற்கு ரவியின் பாரம் கொஞ்சம் குறைந்தது. கணேஷூக்கு கொஞ்சம் ஆறுதலாக இருந்தது.

ரவி அரசாங்க வேலையில் சேர்ந்து ஓரிரு மாதங்கள் ஆகிவிட்டது. ரவி தன் செலவுகள் போக மீதிய பணத்தை அம்மா வாசுகிக்கு அனுப்பித்துக் கொடுத்தான். ரவியிடம் இருந்து பணம் வந்தது குறித்து கணேஷூடம் சொல்லி வாசுகி மிகவும் மகிழ்ந்து போனாள். ரவி தன் அம்மா வாசுகிக்கு எழுதிய கடிதத்தில் தான் பணம் அனுப்பியுள்ளதாகவும், முதலில் அடகுவைத்த மூக்குத்தியை மீட்டு வரும்படியும் எழுதினான். ரவி தன் மகன் வேலைக்கு வந்து தலையெடுத்து தாங்கள் பட்ட கடனை அடைப்பது குறித்து வாசுகியும், கணேஷூம் மனம் மகிழ்ந்து போனார்கள். வாசுகி மறுநாள் அடகு கடைக்கு போய் அசலையும், வட்டியையும் கொடுத்து விட்டு தான் அடகு வைத்த மூக்குத்தியை மீட்டு வந்தாள். வாசுகிக்கு மனதிற்குள் அளவு கடந்த சந்தோஷம் தன் பையன் ரவியை நினைத்து அவ்வளவு பெருமை.

ரவி தற்போது டெல்லி போய் கிட்டதட்ட ஒன்றரை வருடங்கள் ஆகிவிட்டது. ஆறு மாதங்கள் அரசாங்க வேலை பார்த்து விட்டு தன்னுடைய ஊர், அப்பா, அம்மாவை பார்க்க வேண்டும் போல் மனதில் ஆசை ஏற்பட்டது. வாசுகியும் தன் மகன் ரவியை பார்க்க வேண்டும் போல் உள்ளது என்றும் அலுவலக சூழ்நிலைகளை பார்த்துக் கொண்டு ஒரு முறை ஊருக்கு வரசொல்லி ரவிக்கு கடிதம் போட்டாள்.

ரவி அம்மாவின் கடிதத்தை பார்த்து விட்டு அலுவலகத்தில் பத்து நாட்கள் விடுமுறை கேட்டான். தான் ஒன்றரை வருடமாக தாய், தந்தையை பார்க்கவில்லை என்றும் அவர்களை பார்த்து விட்டு வருவதாகவும் வேண்டுகோள் விடுத்தான். ஆபீசில் அவனுக்கு பத்து நாட்கள் விடுமுறை அளிக்கப்பட்டது.

ரவி ரிசர்வேஷன் டெல்லியிலிருந்து சென்னைக்கும் மற்றும் சென்னையிலிருந்து திருச்சிராப்பள்ளிக்கும் செய்ய

கிளம்பி விட்டான். ரயில் பயணத்திற்கு ரிசர்வேஷன் பண்ணி முடித்ததும் அம்மா வாசுகிக்கு தான் ஊருக்கு வரும் விபரத்தை தெரியப்படுத்தினான். வாசுகியும், கணேஷும் ரவி வரும் நாளை மிகவும் ஆவலுடன் எதிர்பார்த்துக் கொண்டிருந்தனர். ரவி வரும் நாள் நெருங்க நெருங்க மனதில் பட்டாம் பூச்சி பறப்பது போல் மிகவும் சந்தோஷமாக இருந்தது.

ரவி குறிப்பிட்ட நாளில் அப்பா, அம்மாவை பார்க்க ரயில் ஏறிவிட்டான். ரயில் சென்னையை நோக்கி விரைந்து கொண்டு இருந்தது. சொந்த ஊரை பார்ப்பதில் ரவிக்கு அவ்வளவு சந்தோஷம் ஏற்பட்டது. அந்த சந்தோஷத்தில் ரயில் நிற்கும் ஒவ்வொரு ஸ்டேஷனிலும் வண்டியை விட்டு ஏறி இறங்கி கொண்டே இருந்தான். ரயில் வரும்போது இயற்கை அழகை ரசித்துக் கொண்டே வந்தான். ரவி நாம் எவ்வளவு பெரிய தேசத்தில் இருக்கிறோம் என நினைத்தான். ரயில் மெல்ல சென்னை சென்டரல் வந்தடைந்தது.

ரவி சென்னை சென்டரலில் இறங்கி எக்மோர் நோக்கி புறப்பட்டான். சென்னையை பார்த்ததும் ரவிக்கு அவ்வளவு சந்தோஷம். காலை நேரம் டிபன் சாப்பிட வேண்டும் போல் இருந்தது. ஆகவே எக்மோர் ரயில் நிலையம் எதிர்போல் உள்ள வசந்தபவனில் டிபன் சாப்பிட மிகவும் ஒய்யாரமாக உட்கார்ந்தான். ரவி டிபன் சாப்பிட்டு விட்டு எதிர்போல் உள்ள எக்மோர் ரயில் நிலையத்தை அடைந்தான்.

ரவிக்கு எக்மோர் ரயில் நிலையத்தில் ஐந்து மணிநேரம் காத்திருக்கும் சூழ்நிலையாக போய் விட்டது. ரவி தான் ரிசர்வேஷன் செய்த வண்டி வந்ததும் திருச்சிராப்பள்ளி செல்ல ஆயத்தமானான். இந்த ரயில் மாலை 06.30 மணியளவில் திருச்சிராப்பள்ளி சென்று அடையும், சற்றுநேரம் கழித்து ரயில் தன் உரிய நேரத்தில் திருச்சிராப்பள்ளி நோக்கி கிளம்பியது.

வாசுகிக்கும், கணேஷுக்கும் காலையிலிருந்தே கை, கால் ஓடவில்லை தன் மகன் ரவி வரும் சந்தோஷத்தில் அவர்களால் வீட்டிலேயும் இருக்க முடியவில்லை. ஆகவே மதியம் 02.00 மணிக்கே திருச்சிராப்பள்ளி ரயில் நிலையத்தை நோக்கி வாசுகியும், கணேஷும் கிளம்பிவிட்டனர். அவர்கள் மதியம் 02.30 மணிக்கே திருச்சிராப்பள்ளி ரயில் நிலையத்தை வந்து

அடைந்தனர். அதே சமயத்தில் ரவி வந்து கொண்டிருந்த ரயில் சற்றுமுன் தான் செங்கல்பட்டை தாண்டி இருந்தது.

ரவி வரும் ரயில் திருச்சிராப்பள்ளி வந்தடைய குறைந்த பட்சம் நான்கு மணிநேரம் இருந்தது. அதுவரை வாசுகியும், கணேஷூம் பிளாட்பாரத்தில் அமர்ந்து பேசிக் கொண்டிருந்தனர். மிகுந்த ஆவலுடன் ரவியை எதிர்பார்த்துக் கொண்டிருந்தனர். ரவியும் ரயிலில் வரும் பொருட்களை மகிழ்ச்சியுடன் வாங்கி சாப்பிட்டுக் கொண்டே வந்தான்.

கணேஷூம், வாசுகியும் பிளாட்பாரத்தில் அமர்ந்து பேசிக் கொண்டிருக்கும் போது திடிரென்று கணேஷ் வாசுகியிடம் ஒரு வினாவை எழுப்பினார். ரவி ரயிலை விட்டு இறங்கும் போது அப்பா என்று அழைத்தால் ரவிக்கு அப்பா மேல் தான் அதிக பாசம் என்றும், அம்மா என்று அழைத்தால் அம்மா மேல் தான் அதிக பாசம் என்றும் சொன்னார். இதை கேட்டதும் வாசுகி ஒரு நிமிடம் பதறி போய்விட்டாள். ரவி ரயிலை விட்டு இறங்கும் போது தப்பிதவறி அம்மா என்று கூப்பிட்டு விட்டால், கணேஷ் மிகவும் மனம் உடைந்து போவார் என வேதனை பட்டாள். கணேஷ் உலகமே முடிந்துவிட்டது போல் ஆகிவிடுவார். கணேஷ் உற்சாக படமாட்டார். ஆகவே வாசுகி எல்லா கடவுளையும் வேண்டிக்கொண்டு இருந்தாள் ரவி ரயிலை விட்டு இறங்கும் போது அம்மா என கூப்பிட்டு விடக்கூடாது என்று.

நேரம் கழிய கழிய ரவி வரும் ரயில் பிளாட்பாரத்தில் வருவதற்கான அறிவிப்பு வந்தது. இந்த அறிவிப்பு கேட்டதும் வாசுகியும் கணேஷூம் உயிர் துடிப்புடன் எழுந்து நின்றனர். தன் மகன் ரவியின் முகத்தை ஆவலுடன் பார்க்க துடிப்பாக இருந்தனர். ரயில் ஊர்ந்து ஒவ்வொரு பெட்டியாக திருச்சிராப்பள்ளி ரயில் நிலையத்தில் நுழைந்தது. பிளாட்பாரம் நடுவில் நின்றுகொண்டு ஒவ்வொரு பெட்டியாக வாசுகியும் கணேஷூம் தன் மகனை ஆவலுடன் தேடினர். ரவியும் ஆவலுடன் ரயில் பெட்டியின் கதவு அருகில் நின்று கொண்டு தன்னுடைய அப்பா, அம்மாவை பார்க்க துடிப்பாக இருந்தான். ரயில் வண்டி மெல்ல பிளாட்பாரத்தில் நிற்க ஆயத்தமாகி ஊர்ந்து கொண்டிருந்தது. இந்த தருணத்தில் ரவியின் கண்களுக்கு கணேஷ் தென்பட்டு விட்டார். ரவி ஊர்ந்து செல்லும் ரயிலில் நின்றபடியே "அப்பா" என குரல் கொடுத்தான். அப்பா கணேஷூம் ரவியை பார்த்து

விட்டார். அம்மா வாசுகியும் ரவியை கண் குளிர பார்த்து விட்டாள். ரவி அப்பா என்று முதலில் அழைத்ததில் கணேஷ் மனம் குளிர்ந்து போனார். ரவிக்கு தன்மேல் தான் அதிக பாசம் என்று மனதில் இனம்புரியாத சந்தோஷம் அடைந்தார். ஆனால் வாசுகிக்கு தெரியும் ரவிக்கு தன் மேல் தான் அளவு கடந்த பிரியம் என்று எனினும் ரவி அப்பா என்று முதலில் கூப்பிட்டது மனதுக்கு நிம்மதியாக இருந்தது.

ரயில் மெல்ல பிளாட்பாரத்தில் நின்றது. ரவியும் ரயிலை விட்டு இறங்கி தன் அப்பா, அம்மாவை பார்க்க சென்றான். அனைவரும் ஒன்றரை வருடங்களுக்கு பிறகு ஒருவரை ஒருவர் பார்த்து மிகவும் மகிழ்ச்சி அடைந்தனர். வாசுகி தன் மகன் ரவியை பார்த்ததும் அன்புடன் அணைத்துக் கொண்டாள். இந்த உலகத்தில் அம்மாவின் அரவணைப்புக்கு ஈடு இணை ஏது? ஒரு நிமிடம் ஒருவரை ஒருவர் நலம் விசாரித்து விட்டு மெல்ல திருச்சிராப்பள்ளி ரயில் நிலையத்தை விட்டு வெளியே வர தொடங்கினர். பிறகு பஸ்ஸை பிடித்து வீடு வந்து சேர்ந்தனர்.

வீட்டிற்கு வந்ததும் ரவி தன் வீட்டை எல்லா பக்கமும் ஒருமுறை ஆசையுடன் சுற்றி பார்த்தான். இதற்குள் வாசுகி சூடாக காப்பி போட்டு ரவிக்கும். கணேஷுக்கும் கொடுத்தாள். வாசுகியின் மனதில் சந்தோஷத்திற்கு அளவே இல்லை. அதற்கு இரண்டு காரணங்கள் உண்டு. ஒன்று ரவியை ஒன்றரை வருடங்களுக்கு பிறகு பார்த்து மற்றது தற்போது குடும்ப கஷ்ட நிலையிலிருந்து மேலே கொண்டு வருவது. வாசுகியின் உடலில் புது உற்சாகமும், தெம்பும் ஏற்பட்டது.

ரவி தன்னை கஷ்டத்திலிருந்து காப்பாற்ற வந்த தேவதை போல் வாசுகியின் கண்களுக்கு தென்பட்டான். ஒருவேளை ரவிக்கு ஏதாவது ஆகிவிட்டால் தன் உயிர் தன்னால் பிரிந்து விடும் போல் இருந்தது கணேஷுக்கு ரவி தற்போது பாரமாக தெரியவில்லை. ரவி தன் மகனாய் பிறந்ததை நினைத்து கணேஷ் மிகவும் மகிழ்ச்சி அடைந்தார். ரவி தன் பொருளாதார நெருக்கடியை தீர்க்க வந்த கடவுள் மாதிரி கணேஷ் கண்களுக்கு தெரிந்தான். மிக்க பெருமிதம் அடைந்தார்.

தன் மகன் ரவி டெல்லியிலிருந்து வந்த விஷயத்தை அக்கம் பக்கத்து வீட்டில் உள்ளவர்களிடம் சொல்லி கணேஷ் மனம்

மகிழ்ந்தார். அக்கம் பக்கத்தில் உள்ளவர்கள் உங்க பையன் ரவி டெல்லியிலிருந்து என்ன வாங்கி வந்தான் என கேட்க ஆரம்பித்து விட்டார்கள் கணேஷிடம். ஆனால் ரவியோ பாசத்தை தவிர வேறு எதுவுமே டெல்லியிலிருந்து வாங்கி வரவில்லை.

வாசுகி தம்பி மூர்த்திக்கு கடிதம் எழுதி போட்டாள். தன் பையன் ரவிக்கு அரசாங்க வேலை பண்ணி வைத்ததையும் அதற்காக தன்னுடைய அன்பையும், நன்றியையும் அதில் தெரிவித்தாள். தன் பையனை ஜாக்கிரதையாக பார்த்துக் கொண்டதற்கும் நன்றியை தெரிவித்தாள். தன் பையன் ரவி பத்திரமாக திருச்சி வந்து சேர்ந்த தகவலையும் தெரிவித்தாள்.

வாசுகி தன் மகன் ரவி தங்க போகும் இந்த ஐந்து, ஆறு நாட்களில் அவனுக்கு பிடித்ததை எல்லாம் மூன்று வேளையும் சமைத்து போட்டாள். ரவியும் ஒன்றரை வருடங்களுக்கு பிறகு அம்மா கையால் சாப்பிடுவதில் மிக்க மகிழ்ச்சி அடைந்தான். வாசுகி தன் மகன் ரவிக்கு வேளா வேளைக்கு காப்பி, சாப்பாடு என ரவியை திணற அடித்துக் கொண்டிருந்தாள். வாசுகி மிகவும் ஆசையாக தன் மகன் ரவிக்கு இரண்டு கைகளிலும் மருதாணி இட்டு விட்டாள். காலையில் எழுந்ததும் ரவியின் கை பட்டுபோல் சிவந்து இருந்தது.

கணேஷ் அவர் பங்குக்கு ரவியை தன் ஆபீஸுக்கு அழைத்துக் கொண்டு போய் தன்னுடைய அலுவலக நண்பர்களுக்கு பெருமையாக அறிமுகபடுத்தி வைத்தார். அலுவலக நண்பர்கள் ரவியை பார்த்து பொறாமை பட்டார்கள். அதை வந்து வாசுகியிடம் சொன்னவுடன் தன் மகன் ரவிக்கு திருஷ்டி சுத்தி போட்டாள்.

வாசுகி தன் மகன் ரவியை கடைக்கு அழைத்து போய் ரவிக்கு பிடித்த பேண்ட், சட்டை, லுங்கிகள் வாங்கிக் கொடுத்தாள். ரவி முதன்முதலில் டெல்லி சென்றபோது துணிமணிகள் எதுவும் வாங்கி தரமுடியாத நிலைமையில் இருந்ததை நினைத்து வாசுகி கண் கலங்கினாள். பிறகு அவனை டெய்லர் கடைக்கு அழைத்து போய் அளவு கொடுத்து துணிமணிகளை தைக்க கொடுத்து விட்டு வந்தாள். தன் மகன் ரவி டெல்லி செல்ல கிளம்புவதற்கு முன் துணிமணிகளை தைத்து கொடுக்க வேண்டும் என கண்டிஷன் போட்டாள். டைலரும் கொடுத்து விடுவதாக வாக்கு அளித்தார்.

பிறகு வாசுகியும், ரவியும் வீட்டிற்கு வேண்டிய மளிகை சாமான்களை வாங்கி கொண்டும், நிறைய காய்கறிகள், கீரை என வாங்கிக்கொண்டு வீடு வந்தனர். ரவியிடம் வாசுகி நீ அனுப்பிய பணத்தில் மூக்குத்தியை அடகு கடையிலிருந்து திருப்பி விட்டேன். இதோ பார் மூக்கில் போட்டுக் கொண்டுள்ளேன் என பெருமையாக காட்டினாள். ரவியும் அதை பார்த்து சந்தோஷபட்டான்.

வாசுகி வீட்டிற்கு வந்ததும் ரவிக்கு பிடித்த பலகாரங்கள் செய்ய ஆரம்பித்தாள். ஒரு நாள் கேசரி, பஜ்ஜி என சூடாக செய்து கொடுத்து ரவி ஆசையுடன் சாப்பிடுவதை பார்த்து வாசுகி சந்தோஷம் அடைந்தாள். இப்படியாக சந்தோஷமாக நாட்கள் ஓடி கொண்டிருந்தன.

ரவி மீண்டும் டெல்லிக்கு புறப்பட வேண்டிய நாளும் வந்தது. ரவிக்கு மறுநாள் காலை 9.30 மணிக்கு திருச்சிராப்பள்ளி ரயில் நிலையத்தில் ரயிலுக்கு போயாக வேண்டும். ரவி புறப்படும் முதல் நாள் வாசுகி டைலரிடம் இருந்து தைத்த துணிகளை வாங்கி கொண்டு வந்தாள். வாசுகி ரவிக்கு ஒரு வேலை கூட வைப்பதில்லை.

வாசுகி ரவிக்கு பிடித்த மைசூர் பாகு, முறுக்கு செய்து நாளை ரவி டெல்லி எடுத்து செல்ல தயார் செய்தாள். வாசுகி சாயங்காலம் ரவியை கூப்பிட்டு எல்லா சாமான்களையும் மறக்காமல் எடுத்து வைத்துக் கொள்ள சொன்னாள். ரவியும் எல்லா சாமான்களையும் எடுத்து வைத்துக் கொண்டு மறுநாள் டெல்லி கிளம்ப ஆயத்தமானன்.

வாசுகியும், கணேஷும் அன்புடன் ரவியின் பக்கத்தில் உட்கார்ந்து கொண்டு ரவியை கொஞ்சினார்கள். நாளைக்கு இந்த வீடு களை இழந்து போகும் என்றும், கலகலப்பு இருக்காது என சொல்லி மன வேதனை அடைந்தனர்.

வாழ்க்கையில் ஒருவரை விட்டு ஒருவர் பிரிவது என்பது மிகவும் துயரமாகவும் தாங்க முடியாத வேதனையாகவும் இருந்தது. வாசுகி இதுபோல் கொடுமை யாருக்கும் வரக்கூடாது என புலம்பிக் கொண்டிருந்தாள். ஏனெனில் அந்த கால கட்டத்தில் லெட்டர் பரிவர்த்தனையை தவிர எந்த சாதனமும் இல்லை. இப்பொழுது போல் மொபைல் டெலிபோன் வசதி, டி.வி எதுவும்

கிடையாது. தற்போது இந்த வசதிகள் பெருக, பெருக பந்தமும் கிடையாது. பாசமும் மிகவும் குறைந்து விட்டது.

மறுநாள் காலை விடிந்தது. வாசுகி சீக்கிரமே எழுந்து சமையல் செய்ய ஆரம்பித்து விட்டாள். ரவிக்கு மதியம், இரவு மறுநாள் காலை, மதியம் சாப்பிடும் அளவுக்கு சாப்பாடு, இட்லி வகைகளை கட்டிக் கொடுத்தாள். செய்து வைத்த மைசூர்பாகு முறுக்கு அவைகளையும் தனிதனியாக கட்டி பையில் வைத்தாள். வாசுகி ரவியை கூப்பிட்டு கையால் ரவியின் தாடையை பிடித்து கொஞ்சிக் கொண்டே செய்து கொடுத்திருக்கும் மைசூர்பாகு முறுக்கு நாலு நாள் ஆசை தீர வைத்து சாப்பிட சொன்னாள். வாசுகி தன் மகன் மீது அன்பு பாசம் மழை பெய்து கொண்டிருந்தாள். கணேஷ் ரவியை கூப்பிட்டு டெல்லியில் மிகவும் பத்திரமாக இருக்கும் படியும், யார் வம்புக்கும் போகாமல் இருக்கும்படியும் அன்புடன் அறிவரை கூறிக் கொண்டிருந்தார்.

வாசுகி, கணேஷ், ரவி மூவரும் குளித்து விட்டு கிளம்ப தயாராகினர். மூவரும் காலையில் இரண்டு இரண்டு இட்லி சாப்பிட்டு விட்டு ரவியின் சாமான்களை எடுத்துக்கொண்டு திருச்சிராப்பள்ளி ரயில் நிலையம் நோக்கி புறப்பட்டனர். போகும் வழி நெடுகில் மூவர் மனதிலும் ஒருவரை ஒருவர் விட்டு சற்று நேரத்தில் பிரிய போகிற கவலை, வேதனை தன்னையும் அறியாமல் ஓடிக் கொண்டிருந்தது. ரவியின் மனதில் பிரிவு, துயரம் என்ன வாழ்க்கை இது. இப்படியொரு வாழ்க்கை தேவையா என மனதில் ஓடிக்கொண்டிருந்தது பேசாமல் வேலையை விட்டு விட்டு அப்பா, அம்மாவுடன் இருந்து விடலாம். இந்த பிரிவு வேதனை தாங்க முடியவில்லை என இருந்தது. ஆனால் வேலையை விட்டால் இனி யார் நமக்கு சோறு போடுவார்கள். அப்பா அம்மாவிற்கு இனி தான் பாரமாக இருக்கக்கூடாது என்ற எண்ணங்கள் வந்தன. நான் அவசரப்பட்டு வேலையை விட்டால் மீண்டும் குடும்ப கஷ்டங்கள் தலை தூக்கிவிடும், இந்த காலத்தில் அரசாங்க வேலை கிடைப்பதும் அவ்வளவு சுலபமான விஷயம் இல்லை என ரவி மனதில் மனபோராட்டம் நடந்து கொண்டிருந்தது. ஆனால் ரவி எதுவும் வெளியில் காண்பித்துக் கொள்ளவில்லை.

வாசுகியும், கணேஷூம் சற்று நேரத்தில் மகன் தன்னை விட்டு பிரிந்து போய்விடுவான் என கவலையாக இருந்தனர். இருவரின்

முகங்களும் கவலையில் சிறிதாக ஆகிவிட்டது. மூவரும் திருச்சிராப்பள்ளி ரயில் நிலையம் வந்து அடைந்தனர். ரயில் வர அரை மணி நேரம் இருந்தது. அதற்குள் ஒருவருக்கொருவர் ஆறுதல் கூறிக்கொண்டு மனதை தேற்றிக் கொண்டிருந்தனர்.

வாசுகி அவள் பங்குக்கு உடம்பை ஜாக்கிரதையாக பார்த்துக் கொள்ளவும் வேளா வேளைக்கு தவறாமல் சாப்பிடவும் என்று ரவியிடம் சொல்லி கொண்டிருந்தாள். கணேஷ் தன் பங்கிற்கு ஆபீஸ் வேலைகளில் கவனமாக இருக்கவும் யார் வம்புக்கும் போகாமல் இருக்கவும் என்று அறிவுரை கூறிக் கொண்டிருந்தார்.

மதுரையிலிருந்து சென்னை செல்லும் ரயில் திருச்சிராப்பள்ளி பிளாட்பாரம் வந்தடைந்தது. ரவியை பத்திரமாக ரயிலில் ஏற சொன்னார்கள். ரவியும் ரயிலில் ஏறி பத்திரமாக சாமான்களை வைத்துவிட்டு ரயில் கதவு பக்கத்தில் நின்று கொண்டு தன் அப்பா, அம்மாவை பார்த்துக் கொண்டிருந்தான். ரவி ரயில் ஏறியவுடன் வாசுகி, கணேஷ் இருவர் கண்களில் இருந்தும் கண்ணீர் தன்னையும் அறியாமல் கலங்க ஆரம்பித்தது. ரவியும் தன்னையும் அறியாமல் அழ ஆரம்பித்தான். ரயில் சிக்னல் கிடைத்தவுடன் மெல்ல நகர ஆரம்பித்தது வாசுகி, கணேஷ் இருவரும் கண்ணீர் கட்டுக்கடங்காமல் வர ஆரம்பித்து விட்டது. ரவியும் அப்பா, அம்மா முகம் மறையும் வரை டாட்டா காண்பித்துக் கொண்டே ரயிலின் கதவருகே நின்றான். ரயில் தற்போது திருச்சிராப்பள்ளி ரயில் நிலையத்தை தாண்டி விட்டது. பிறகு ரவி தன் இருக்கையில் வந்து அமர்ந்தான்.

ரயில் லால்குடி வரும்வரை ரவிக்கு கண்ணீர் வந்து கொண்டிருந்தது. வாசுகியும், கணேஷும் சற்றுநேரம் இரயில் நிலையத்தில் அமர்ந்துவிட்டு உடைந்த மனதோடு மிகவும் துயரமாக வீடு திரும்ப ஆரம்பித்தனர்.

வாசுகியும், கணேஷும் வீட்டிற்கு வந்து கதவை திறந்ததும் வீட்டில் ஒருவரும் இல்லாதது போல் தோன்றியது. வீட்டின் ஒளிவிளக்கு கிளம்பி போய்விட்ட வேதனையை அனுபவித்தனர். வாசுகிக்கும், கணேஷுக்கும் சற்று தலைவலி ஆரம்பித்து விட்டது. இருவரும் கொஞ்சம் காப்பி சாப்பிட்டு விட்டு பேசாமல் பாரமான மனதோடு படுத்துக் கொண்டனர்.

"கன்றின் குரலும் கன்னி தமிழும்
சொல்லும் வார்த்தை அம்மா! அம்மா!
கருணை தேடி அலையும் உயிர்கள் உருகும்
வார்த்தை அம்மா! அம்மா!
எந்த மனதில் பாசம் உண்டோ அந்த
மனமே அம்மா! அம்மா!!"

- கண்ணதாசன்

கல்யாண வைபோகமே

ரவி செல்லும் ரயில் விழுப்புரத்தை வந்து அடைந்தது. ரவிக்கு லேசாக வயிறு பசிக்க ஆரம்பித்தது. ரவி அம்மா, சாப்பிட கட்டிக் கொடுத்ததில் சாம்பார் சோறை தேர்வு செய்து எடுத்தான். அம்மா நிறைய முருங்கைகாய் போட்டு சாம்பார் செய்து இருந்தாள். சாம்பார் சோறில் நிறைய முருங்கைகாய் வைத்திருந்தாள். அத்துடன் அரிசி வத்தல் பொறித்து வைத்திருந்தாள். ரவி சாம்பார் சாதம் சாப்பிட்டுவிட்டு சூடாக ஒரு டியை வாங்கிக் குடித்தான். தற்போது ரவிக்கு வயிறு நிறைந்து இருந்தது.

ரயில் தற்போது விழுப்புரத்திலிருந்து புறப்பட்டு சென்னையை நோக்கி செல்ல ஆரம்பித்தது. ரயில் சென்னையை வந்து அடைந்ததும் ஒரு சில மணிநேரம் காத்திருந்துவிட்டு சென்னை சென்ட்ரல் ரயில் நிலையம் வந்து டெல்லிக்கு புறப்பட தயாராக இருந்த ரயிலை பிடித்தான். இரவில் அம்மா கொடுத்த தயிர் சாதத்தை சாப்பிட்டு விட்டு ரயிலில் படுத்தான். ரவி டெல்லிக்கு வந்து சற்றுநேரம் ஓய்வு எடுத்துவிட்டு டியூட்டிக்கு போக ஆயத்தமானான். ரவி அலுவலகம் சென்றவுடன் சக ஊழியர்கள் ரவியை பார்த்தவுடன் உற்சாகமாக வரவேற்றனர். சக ஊழியர்களிடம் சற்றுநேரம் பேசிவிட்டு தன் அலுவலக வேலைகளை பார்க்க ஆரம்பித்தான். அம்மா வாசுகிக்கு தான் சௌகரியமாக, டெல்லி வந்து சேர்ந்த விபரம் பற்றி கடிதம் எழுதி போட்டான். அம்மா கட்டிக் கொடுத்த உணவு மிகவும் நன்றாக இருந்ததாகவும் சௌகரியமாக இருந்ததாகவும் விபரமாக கடிதம் எழுதினான்.

அம்மா வாசுகி பண்ணிக் கொடுத்த மைசூர்பாகு, முறுக்கு ஆகியவற்றை மாமா மூர்த்தியிடம் அன்புடன் கொடுத்தான். வீட்டில் அனைவரும் பகிர்ந்து சாப்பிட்டனர். அப்பா கணேஷுக்கு

ரவி வேலைக்கு போனது சிரமம் அதிக அளவு குறைந்தது போல் இருந்தது. கணேஷ் தற்போது வாங்கும் சம்பளம் தாராளமாகவும் போதுமானதாகவும் கொஞ்சம் சேமிப்பாகவும் இருந்தது. மேலும் ரவி சிறுக சிறுக அனுப்பும் பணம் இருக்கும் கடனை கொஞ்சம் கொஞ்சமாக திருப்பிதர மிகவும் உதவியாக இருந்தது. வாசுகி கொஞ்சம் பணத்தை மிச்சப்படுத்தி தனக்கு வேண்டிய சின்ன சின்ன நகைகள் வாங்கிக் கொண்டாள். மொத்தத்தில் கொஞ்சம் பணம் தாராளமாக புழங்க ஆரம்பித்தது. குடும்பத்தில் கொஞ்சம் சந்தோஷம் தழைக்க ஆரம்பித்தது.

ரவி விடுமுறையிலிலிருந்து வந்து அலுவலகம் சேர்ந்து நான்கு, ஐந்து மாதங்கள் ஆகியது. தற்போது தீபாவளி பண்டிகை நெருங்கிக் கொண்டிருந்தது. ரவிக்கு தீபாவளி பண்டிகையை அப்பா, அம்மாவுடன் சேர்ந்து கொண்டாட வேண்டும் என ஆசைப்பட்டான். ரவி மீண்டும் அலுவலகத்தில் தீபாவளியை அப்பா, அம்மாவுடன் கொண்டாட ஆசைபடுவதாக கூறி பத்து நாட்கள் விடுமுறை கோரினான். அலுவலகத்திலும் சந்தோஷமாக விடுமுறை கொடுத்தார்கள்.

ரவி அலுவலகத்தில் விடுமுறை கிடைத்து விட்டதாகவும், தீபாவளியை அப்பா, அம்மாவுடன் கொண்டாட வருவதாகவும் கடிதம் மூலம் தெரியப்படுத்தினான். கடிதம் கிடைத்தவுடன் படித்துவிட்டு வாசுகியும், கணேஷும், மிக்க மகிழ்ச்சி அடைந்தனர். வாசுகி ரவி தீபாவளிக்கு வரும் சந்தோஷத்தில் இனிப்பு, கார வகைகள் செய்ய ஆயத்தமானாள். வாசுகிக்கு இதில் ஒரு உற்சாகம் வந்தது.

ரவி தீபாவளிக்கு நாலு, ஐந்து நாட்களுக்கு முன் வந்தான். வாசுகியும், கணேஷும் திருச்சிராப்பள்ளி ரயில் நிலையம் சென்று அன்புடன் வரவேற்று ரவியை வீட்டிக்கு அழைத்து வந்தனர். ரவி வீட்டிற்கு வந்ததே ஒரு தீபாவளி போல் இருந்தது. ரவி ஊருக்கு வந்து மறுநாள் வாசுகியை கடைக்கு அழைத்துப் போய் அம்மாவிற்கு புது புடவை, அப்பாவிற்கு வேஷ்டி, சட்டை மற்றபடி வீட்டிற்கு வேண்டிய சாமான்கள் வாங்கிக்கொண்டு ஆட்டோவில் வீட்டிற்கு வந்து இறங்கினர்.

வாசுகி நடு நடுவே தான் செய்து வைத்த இனிப்பு, கார வகைகளை ரவிக்கு கொடுத்து ரவி சாப்பிடுவதை பார்த்து மிகவும் மகிழ்ச்சி அடைந்தாள். ஒவ்வொரு நாளும் ரவிக்கு

பிடித்த பாயாசம் செய்து சாப்பிடும் போது கொடுத்தாள். ரவி சாப்பிடுவதை பார்த்து அவ்வளவு சந்தோஷம் அடைந்தாள்.

தீபாவளி பண்டிகையும் வந்தது. அனைவரும் புதுதுணி உடுத்தி மிகவும் மகிழ்ச்சியுடன் கொண்டாடினார்கள். அக்கம் பக்கத்திலும் அளவு கடந்த சந்தோஷத்தை வெளிப்படுத்திக் கொண்டிருந்தனர். தீபாவளி முடிந்து, விடுமுறை முடிந்து ரவி மீண்டும் டெல்லி செல்ல ஆயத்தமானான். வாசுகி வழக்கம் போல் ரவிக்கு இனிப்பு, கார வகைகள் அன்புடன் கட்டிக் கொடுத்தாள். அதேபோல் கைக்கு சாப்பாடும் கட்டிக் கொடுத்து, வாசுகியும் கணேஷும் ரவியை ரயில் ஏற்றிவிட்டு கண் கலங்கினர்கள். ரவியும் அப்பா, அம்மாவை பிரிந்து போகும்போது மிகவும் கண் கலங்கினான்.

ரவி தீபாவளி பண்டிகையை கொண்டாடி விட்டு மீண்டும் டெல்லி வந்து பணியில் சேர்ந்தான். நாட்கள் நகர்ந்து கொண்டிருந்தன. தற்போது ரவி அரசாங்க பணியில் சேர்ந்து நான்கு வருடங்களாகி விட்டது. ரவி வேலைக்கு சேர்ந்த பிறகு குடும்ப பொருளாதாரம் ஓரளவு சீரானது.

ரவியால் மிகவும் கணிசமான தொகை அப்பா, அம்மாவுக்கு அனுப்ப முடியாமல் போய் விட்டது. ஓரளவுக்குத் தான் பணம் அனுப்பிக் கொடுத்தான். ஆனால் ரவி தன் செலவுகளை பார்த்துக் கொள்வதால் கணேஷுக்கு சிரமம் இல்லாமல் இருந்தது. ரவி டெல்லியில் தன் சாப்பாடு செலவை தவிர இதர செலவுகள் வந்து கொண்டிருந்தது. ஊருக்கு மூன்று, நான்கு மாதங்களுக்கு ஒரு முறை வந்து போவது, குளிர் காலத்திற்கு தகுந்தாற்போல் தனியாக ஆடைகள், காலணிகள் வாங்குவது வெய்யில் காலத்திற்கு தகுந்தாற்போல் தனியாக ஆடைகள், காலணிகள் வாங்குவது ஏதாவது தொடர்ந்து செலவுகள் வந்து கொண்டே இருந்தது. ஆனால் நல்ல வேளையாக கடன் வாங்க வேண்டிய அவசியம் இல்லாமல் போய்விட்டது.

ரவி டெல்லியில் தனியாக இருக்கும் போது சுதா என்ற பெண்ணுடன் நட்பு ஏற்பட்டு பிறகு காதலாக மாறியது. ரவிக்கு சுதாவை முடிந்த வரை சீக்கிரம் திருமணம் செய்து கொள்ள வேண்டும் என ஆசைப்பட்டான். அப்போது ரவிக்கு வயது 24 நடந்து கொண்டிருந்தது. சுதாவிற்கு வயது 20 நடந்து கொண்டிருந்தது.

வாசுகிக்கும், கணேஷுக்கும் ரவியின் திருமணம் குறித்து மனதில் எண்ணம் ஓடிக் கொண்டிருந்தது. ஆனால் வாசுகி, கணேஷிடம் ரவி இப்பதான் வேலைக்கு போய் இருக்கிறான். நம் குடும்பம் இன்னும் கொஞ்சம் மேல் நிலைக்கு வரட்டும். ஆகவே இன்னும் இரண்டு மூன்று வருடங்கள் கழித்து ரவிக்கு திருமணம் செய்து வைப்போம் என பேசிக் கொண்டிருந்தனர்.

ஆனால் ரவி திடீரென்று ஒருநாள் ஊருக்கு எந்த தகவலும் இல்லாமல் வந்தான். ரவியை திடீரென்று பார்த்தவுடன் வாசுகி கணேஷ் இருவருக்கும் ஒரு இன்ப அதிர்ச்சியாக இருந்தது. ரவி திடீரென்று ஒரு தகவலும் இல்லாமல் வந்திருந்தாலும் ரவி ஏதோ ஒரு காரணத்திற்காக வந்திருக்கிறான் என வாசுகிக்கும், கணேஷுக்கும் தோன்றவில்லை. தங்கள்மேல் உள்ள அதிக பாசத்தினால் வந்து இருக்கான் என ரவி மேல் முழு நம்பிக்கை வைத்து இருந்தார்கள்.

கணேஷ், வாசுகி, ரவி மூவரும் இரவு சாப்பாடு சேர்ந்து சாப்பிட்டு விட்டு மிகவும் மகிழ்ச்சியுடன் உறங்க சென்றனர். ரவி காலையில் இருவர் தலையிலும் பெரிய கல்லை போட போகிறான் என்று வாசுகி, கணேஷ் கற்பனையில் கூட நினைத்து பார்க்கவில்லை. தான் பெற்ற பிள்ளை வந்து இருக்கான் என இருவரும் மிகவும் மனநெகிழ்ச்சி அடைந்தனர்.

மறுநாள் காலை விடிந்தது. காப்பி எல்லாம் சாப்பிட்டு விட்டு கணேஷ் வாசுகி ரவி மகிழ்ச்சியுடன் பேசிக் கொண்டிருந்தனர். ரவி மெல்ல வாழைப்பழத்தில் ஊசி ஏற்றுவது போல் தன் காதல் விவகாரத்தை வாசுகி கணேஷ் முன்னிலையில் அவிழ்த்து விட்டான். ரவி தான் சுதா என்ற டெல்லி வாசி பெண்ணை காதலிப்பதாகவும், அவளை தனக்கு சீக்கிரம் திருமணம் செய்து வைக்கும்படியும் வற்புறுத்தினான். இந்த செய்தியை வாசுகியும் கணேஷும் கேட்டு பயங்கர அதிர்ச்சி அடைந்தனர். ரவிக்கு மூன்று, நான்கு வருடங்கள் கழித்து திருமணம் செய்து வைக்கலாம் என்ற அவர்கள் மனக் கோட்டையை ரவி நொடி பொழுதில் தகர்த்து எறிந்தான்.

வாசுகிக்கும் கணேஷுக்கும் இந்த நிலைமையில் என்ன செய்வது என்றே புரியவில்லை வாசுகி மிகவும் மன உளைச்சலுக்கு ஆளானாள். வாசுகிக்கு எந்த வேலையும் செய்ய

உற்சாகமும் இல்லை. பிடிக்கவும் இல்லை. வாசுகி இப்படி மனவேதனை அடைவது குறித்து கணேஷ் ரொம்ப வேதனை அடைந்தார்.

வாசுகியும், கணேஷும் ரவியை அன்புடன் அழைத்து இப்பொழுதுதான் நம் குடும்பம் முன்னேறி கொண்டிருக்கிறது. ஆகவே இதற்கெல்லாம் இப்ப ஆசை படாதே. ஒரிரு வருடங்கள் கழித்து நம்ம ஊர் பக்கம் உள்ள பெண்ணாக பார்த்து திருமணம் செய்து வைக்கிறோம். அந்த டெல்லிவாசி பெண் வேண்டாம் என்று கூடியவரை அறிவுரை சொன்னார்கள். ஆனால் ரவி கொஞ்சம் கூட கேட்பதாக இல்லை. மணந்தால் சுதாவையே தான் மணப்பேன் என பிடிவாதமாக இருந்தான்.

வாசுகியும், கணேஷும் ரவி இப்போது நம் கட்டுப்பாட்டில் இல்லை என்பதை உணர்ந்தனர். ரவி மிகவும் காதல் மயக்கத்தில் இருப்பதை தெரிந்து கொண்டார்கள். வாசுகி, கணேஷ் இருவர் மனதிலும் மன போராட்டம் ஆரம்பித்து விட்டது. ரவி சொன்ன பெண்ணை ஒத்துக் கொள்ளாவிட்டால் ரவி ஏதாவது தற்கொலைக்கு முயற்சி செய்து விடுவானோ டெல்லிவாசி பெண்ணின் உறவுகாரர்கள் ரவியை மிரட்டி கொலை செய்து விடுவார்களே என பல விதத்தில் யோசனை செய்தனர். ரவி ஆசைபட்ட படி இந்த திருமணத்திற்கு ஒத்துக் கொண்டால், தங்களுடைய தன்மானத்தை கைவிட வேண்டும் என அஞ்சினர். அப்படி திருமணம் நடந்தால் பெண் வீட்டார் போடும் எல்லா கண்டிஷனுக்கும் ஒத்துக் கொள்ள வேண்டும். நம்முடைய சொல் அங்கு மேடை ஏறாது என அளவுக்கு அதிகமாக அஞ்சினர்.

ரவி தற்போது வாசுகியையும் கணேஷையும் தர்ம சங்கடமான நிலைமையில் கொண்டு வந்து வைத்து விட்டான். எந்த பக்கம் போவது என தெரியாமல் முழித்தனர். வாசுகி தம்பி மூர்த்தியிடம் இது பற்றி கேட்ட பொழுது, மூர்த்தி உன் பிள்ளை செய்ததற்கு நான் என்ன செய்ய முடியும், வேலை வாங்கி தர சொன்னாய், வேலை வாங்கிக் கொடுத்து விட்டேன். உன் பிள்ளை செய்யும் காதல் லீலைகளை நான் பார்த்துக் கொண்டே இருக்க முடியுமா என சொல்லி கை விரித்து விட்டார். பிறகு நிலைமையை உணர்ந்து கொண்டு ரவியின் இஷ்டத்திற்கே திருமணத்திற்கு ஒப்புதல் அளித்தனர். பிறகு ஒரு நல்ல நாளை

பார்த்து சொந்த செலவில், உறவினர்கள் நண்பர்கள் அதிகம் இல்லாமல் ரவியின் திருமணம் டெல்லியில் நடந்து முடிந்தது.

"மத்தளம் கொட்ட வரிசங்கம் நின்னூத
முத்துடைத் தாமம் திரைதாழ் பந்தற்கீழ்
மைத்துனன் நம்பி மதுசூதனன் வந்தென்னை
கைத்தலம் பற்ற கனாக்கண்டேன் தோழிநான்!"

- ஆண்டாள்

இனிய பயணம்

வாசுகியும், கணேஷும் ரவியின் திருமணத்தை அரைமனதோடு முடித்து விட்டு ஊர் திரும்பினர். ஊருக்கு திரும்பியதும் அக்கம்பக்கத்தில் உள்ளவர்கள் ரவியின் திருமணம் குறித்து எங்களுக்கெல்லாம் ஏன் சொல்லவில்லை என்று வாசுகியையும், கணேஷையும் துக்கம் விஜாரிப்பது போல் விஜாரித்தனர். வாசுகி யாரை பார்த்தாலும் கண்கலங்கிக் கொண்டே ரவியின் திடீர் கல்யாணம் பற்றி விரிவாக சொல்லி கொண்டிருந்தாள். கணேஷுக்கும் அலுவலக நண்பர்களிடையே இதே கதிதான்.

வாசுகிக்கும், கணேஷுக்கும் இரவு படுத்தால் தூக்கம் வரவில்லை, சாப்பாடு ருசியாக இல்லை. ரவி தன் பிள்ளை இப்படி செய்து விட்டானே என நினைத்து நினைத்து பொறுமினர். தன் கையே தன் கண்ணை குத்தி விட்டதாக உணர்ந்தனர். நம் குடும்பம் கொஞ்சம் முன்னேறிக் கொண்டிருந்தது, நாம் கொஞ்சம் சந்தோஷமாக இருந்தோம். ஆனால் யார் கண்பட்டதோ இப்படி ஆகிவிட்டது என புலம்பிக் கொண்டிருந்தனர் வாசுகியும் கணேஷும். கடைசியில் ஒருவருக்கு ஒருவர் சமாதானம் சொல்லி கொண்டனர். காலம் மெல்ல நகர ஆரம்பித்தது. ரவியின் கல்யாணத்தை எவ்வளவு சிறப்பாக செய்ய வேண்டும் என வாசுகி கணேஷ் கனவு கண்டார்களோ, அவ்வளவும் வீணாகிவிட்டது. மனதில் ஆறாத வடுவாக போய்விட்டது.

ரவி குடும்ப பொறுப்புள்ள மிகவும் நல்ல பையன் ஆயிற்றே, அவனா டெல்லிவாசி பெண்ணை காதல் செய்தான் என எல்லோரும் ஆச்சரியப்பட்டு போனார்கள். வாசுகியும், கணேஷும் கொஞ்சம் கொஞ்சமாக மனதை தேற்றிக்

கொண்டார்கள். அக்கம் பக்கத்தில் இருப்பவர்களும் அடிக்கடி வாசுகியிடம் பேசி ஆறுதல் சொன்னார்கள்.

ரவி தான் விரும்பிய பெண்ணை திருமணம் செய்து கொண்ட சந்தோஷத்தில் இருந்தான். ரவிக்கு அப்பா கணேஷ் அம்மா வாசுகி படும் வேதனை புரியவில்லை. அவர்கள் வேதனை படுவதாகவே ரவி உணரவில்லை. ரவியின் திருமண வாழ்க்கை மிகவும் பண சிரமத்தில் ஆரம்பித்தது. காரணம் ரவி தன் திருமணத்திற்காக கடன் வாங்க வேண்டிய சூழ்நிலை ஆகிவிட்டது. அப்பா, அம்மா பண கஷ்டத்தில் இருப்பதால், ரவி தன் கல்யாண செலவை தானே பார்த்துக் கொண்டான். அப்பா, அம்மாவிற்கு ஒரு பண சிரமும் கொடுக்கவில்லை. ஆனால் ரவிக்கு தன் குடும்ப செலவுக்கே தான் சம்பாதிப்பது சரியாக இருந்தது. ஆகவே வாசுகிக்கும், கணேஷுக்கும் அவனால் பணம் அனுப்ப முடியவில்லை. ரவியும் தன் திருமணத்திற்காக வாங்கிய கடனை சரியாக அடைக்க முடியாமல் திண்டாடினான்.

வாசுகியின் கனவு ரவி இரண்டு மூன்று வருடங்கள் சம்பாதித்து பணம் அனுப்பி தந்தால், ஒரு தங்க சங்கிலி வாங்கி அணிய வேண்டும் என்பதும் தவிடு பொடியாகி விட்டது. ரவி தற்போது பணம் அனுப்புவதை சுத்தமாக நிறுத்தி விட்டான். ஆனால் கணேஷுக்கு கால போக்கில் சம்பளம் உயர்ந்து அவர்கள் குடும்ப செலவை சிரமம் இல்லாமல் ஓட்டிக் கொண்டிருந்தனர். கணேஷுக்கு எல்லா கடன்களும் அடைந்து விட்டது. இனி யாருக்கும் ஒரு பைசா கடன் கொடுக்க வேண்டாம். கணேஷ் அரசாங்க பதவியிலிருந்து ஓய்வு பெற இன்னும் 5 வருடங்கள் இருந்தன.

வாசுகியும், கணேஷும் மன உளைச்சலில் காலத்தை கடத்தி கொண்டிருந்தனர். டெல்லியில் ரவி பணகஷ்டத்தில் தன் திருமணத்திற்கு வாங்கிய கடனை அடைக்க முடியாமல் தவித்துக் கொண்டிருந்தான். ஆக மொத்தத்தில் இரண்டு குடும்பங்களும் கஷ்டத்தில் இருந்தன. ரவி திருமணம் முடிந்து ஆறு மாதங்கள் கழித்து சுதாவை அழைத்துக் கொண்டு வாசுகி, கணேஷை பார்க்க வந்தார்கள்.

ஆனால் இந்த முறை ரவியும் சுதாவும் வந்தது வாசுகிக்கும், கணேஷுக்கும் சந்தோஷம் கொடுக்கவில்லை. ஏண்டா இப்ப

வெந்த புண்ணில் வேலை பாய்ச்சுவது போல் வந்தாள் என இருந்தது. சுதாவை கண்டாலே வாசுகிக்கு பிடிக்கவில்லை. அடிக்கடி சின்ன சின்ன விஷயத்தில் சண்டை வாசுகிக்கும், சுதாவுக்கும் வந்து கொண்டிருந்தது. இதனால் குடும்பத்தில் நிம்மதி இல்லாத நிலமை ஏற்பட்டது. ஒருவருக்கும் சரியாக சாப்பிட பிடிக்கவில்லை.

சுதா மாமனார், மாமியார் வீட்டிற்கு மிகவும் ஆசையாக வந்தாள். ஆனால் இங்குள்ள நிலமையை பார்த்து மிகவும் அதிர்ச்சி அடைந்தாள். ஒரு சில வேளைகளில் சாப்பாடு வேண்டாம் என்று சொல்லி விட்டாள். ரவியும் தன் மனைவி சுதா இங்கு படும் மனகஷ்டங்களை நினைத்து மன வேதனை அடைந்தான். கடைசியாக ரவியும், சுதாவும் டெல்லி செல்ல ஆயத்தமானார்கள். இந்த தடவை வாசுகி எதுவும் செய்து தரவில்லை. ரயில் நிலையமும் வர இயலாது என சொல்லி விட்டாள். கணேஷ் மட்டும் வந்து ரயில் ஏற்றி விட்டார் இந்த முறை எந்த கண்ணும் கலங்கவில்லை.

காலம் மெல்ல மெல்ல நகர்ந்து கொண்டிருந்தது. வாசுகியும், கணேஷும் ஊர் உலகத்தில் நடக்கும் விஷயங்களை கேட்கும்போது, நம் பையன் ரவி எவ்வளவோ தேவலாம் என ஆகிவிட்டது. வாசுகியும், கணேஷும் கொஞ்சம் கொஞ்சமாக ரவி கொடுத்த அதிர்ச்சியில் இருந்து மீண்டு வந்தனர். பிறகு சிறிது சிறிதாக ரவியின் மேல் கொஞ்சம் பாசம் வர ஆரம்பித்தது.

ஒரு நாள் வாசுகியும், கணேஷும் ரவியின் வீட்டிற்கு டெல்லி போய் வரலாமா என ஆலோசனை செய்தார்கள். அவர்கள் இதுவரை டெல்லியை பார்த்ததில்லை. இது குறித்து ரவிக்கு கடிதம் போட்டனர். ரவி அப்பா, அம்மா லெட்டரை பார்த்ததும் மிகவும் சந்தோஷம் அடைந்தான். அப்பா அம்மாவை அன்புடன் டெல்லி வரசொல்லி பதில் கடிதம் போட்டான்.

வாசுகியும், கணேஷும் இனிப்பு திண்பண்டங்கள் செய்து கொண்டு சந்தோஷமாக டெல்லிக்கு கிளம்பினர். சென்னை செண்ட்ரல் ரயில் நிலையத்தை பார்த்ததும் மிகவும் ஆச்சரியத்தில் வியந்தனர். அங்குள்ள சமுத்திரம் போல் உள்ள மக்கள் திரளை பார்த்து மிகவும் வியந்தனர். அங்குள்ள மக்கள் பேசும் பாஷை எதுவும் புரியவில்லை. வாசுகியும், கணேஷும் இதுவரை

சென்னை எல்லையை தாண்டியதில்லை. தன்னுடைய மகன் ரவியால் நமக்கு டெல்லி செல்லும் வாய்ப்பு கிடைத்ததை எண்ணி பெருமிதம் கொண்டனர்.

வாசுகியும், கணேஷும் அங்குள்ள தமிழ் பேசுவர்களிடம் விசாரித்துக் கொண்டு டெல்லி செல்ல கூடிய கிராண்ட் டிரங்க் எக்ஸ்பிரஸில் ஏறி தங்கள் இருக்கையில் அமர்ந்தனர், ஒரு அளவில்லாத உற்சாகத்தை அங்கிருந்த சூழ்நிலை மனதில் ஏற்படுத்தியது. இரண்டு இரவுகள், ஒரு பகல் பிரயாணம் செய்ய போகிறோம் என ஆச்சரியப்பட்டனர். எல்லாமே புது அனுபவமாக இருந்தது. தான் கொண்டுவந்த சாமான்களை பத்திரமாக தங்கள் இருக்கைகளுக்கு கீழே வைத்துவிட்டு சன்னல் வழியாக வேடிக்கை பார்த்துக் கொண்டிருந்தனர். அப்போது ரயிலில் வந்த டீயை வாங்கி ஆளுக்கு ஒன்று குடித்தனர். ரயில் புறப்படும் சமயம் வந்தது. ரயில் மெல்ல சென்னை சென்டரல் ஸ்டேஷன் விட்டு கிளம்பி நகர ஆரம்பித்தது. இருவரும் சின்ன குழந்தையை போல் சன்னலோரம் அமர்ந்து வேடிக்கை பார்த்தனர்.

ரயில் தற்போது சென்னை சென்டரல் ஸ்டேஷன் பிளாட்பாரத்தை விட்டு வெளியில் வந்து வேகம் எடுக்க ஆரம்பித்தது. வண்டி ஓட ஓட காற்று மிகவும் இதமாக வந்து கொண்டிருந்தது. கணேஷுக்கு ஒரே குஷி பக்கத்தில் பிரயாணம் செய்யும் பயணிகளிடம் தன் பிள்ளை ரவி டெல்லியில் அரசாங்க வேலையில் இருப்பதாகவும் அவனை பார்க்க போவதாகவும் பெருமையாக சொல்லிக்கொண்டு வந்தார். சக பிரயாணம் செய்யும் பயணிகளும் அன்புடன் பேசிக் கொண்டு அவரவர்கள் தங்கள் பிரயாண நோக்கத்தை பரிமாறிக் கொண்டனர்கள். தங்களுடைய முகாந்திரத்தை சொல்லிக் கொண்டனர்கள்.

ரயில் சென்னையை விட்டு கிளம்பி ஒன்றரை மணி நேரம் ஆகிவிட்டது சென்னை எல்லையை தாண்டி ஆந்திர பிரதேசத்தில் பிரவேசித்தது. ஸ்டேஷன் ஒன்று ஒன்றாக கடக்க சந்தோஷமாகவும், தற்போது சற்று களைப்பாகவும் இருந்தது. வாசுகியும், கணேஷும் தான் வீட்டில் இருந்து கட்டிக்கொண்டு வந்த மிளகாய் பொடியில் தோய்த்து ஊறி இருந்த இட்லியை சாப்பிட்டு பசியை ஆற்றிக் கொண்டனர். தற்போது இருட்டி விட்டதால் வேடிக்கையும் பார்க்க முடியவில்லை. வெளியில் என்ன போகிறது என்பது தெளிவாக தெரியவில்லை ரயில்

வேகமாக போய் கொண்டிருந்தது. சக பயணிகள் கணேஷம், வாசுகியும் இரவு படுத்துக் கொள்ள ஏதுவாக பர்த்தை போட்டுக் கொடுத்தனர். ரயிலில் படுத்து தூங்குவது என்பது வாசுகிக்கும், கணேஷுக்கும் இது ஒரு புது அனுபவம். ஆச்சரியமாக இருந்தது துணிமணி வைத்திருந்த பைகளை தலைக்கு வைத்துக் கொண்டு படுத்தனர். ரயில் போகும் வேகத்தில் தாலாட்டு ஆட்டுவது போல் இருந்தது. இருவரும் அயர்ந்து தூங்கி விட்டனர்.

விடியற்காலையில் காப்பி, டீ விற்பவர்கள் கூச்சலிட்டுக் கொண்டே ரயிலில் அங்கும், இங்கும் போய் கொண்டிருந்தனர். அந்த கூச்சலில் வாசுகியும், கணேஷும் எழுந்து கொண்டனர். பிறகு ஆளுக்கு ஒரு டீ வாங்கி குடித்து விட்டு வெளியில் வேடிக்கை பார்த்து கொண்டு வந்தனர். ரயில் மெல்ல ஆந்திரா மாநிலத்தை கடந்து மகாராஷ்டிரா மாநிலத்தில் நுழைந்தது. காலை, மதியம் உணவு சாப்பிட்டு விட்டு வாசுகியும், கணேஷும் சற்றுநேரம் வேடிக்கை பார்ப்பதும், ஓய்வு எடுப்பதுமாக இருந்தனர். ரயில் பெட்டியில் ஆட்கள் போக, வர இருப்பதை பார்த்து ஒரு திருவிழாவிற்கு வந்த அனுபவம் ஏற்பட்டது,

ரயில் தற்போது மகாராஷ்டிரா மாநிலத்தை கடந்து மத்திய பிரதேசம் மாநிலத்தில் நுழைந்தது. மத்திய பிரதேசத்தில் எங்கு பார்த்தாலும் காடு, மலைகள் இயற்கை அழகை மனம் குளிர ரசித்துக் கொண்டு வந்தனர். தற்போது மலை குகைக்குள் ரயில் புகுந்து போனது வாசுகிக்கும், கணேஷுக்கும் பார்க்க பார்க்க மிக வியப்பாக இருந்தது. அவ்வளவு இயற்கை அழகு.

கணேஷ் தன் மனதில் நாம் இந்தியா என்னும் எவ்வளவு பெரிய பரந்த தேசத்தில் இருக்கிறோம் என நினைத்தார். இதுவரை நமக்கு தெரியாமலே போய் விட்டதே என வருந்தினர். ரவி டெல்லி போய் வேலை பார்ப்பதால் தான் நமக்கு இப்படி ஒரு பாக்கியம் கிடைத்தது என சந்தோஷமும், பெருமிதமும் அடைந்தார். வாசுகிக்கும் தன் மகன் டெல்லியில் அரசாங்க வேலை பார்ப்பதில் மனம் நெகிழ்ந்தாள்.

ரயில் மெல்ல மத்தியபிரதேசம் தலைநகரம் போபாலில் வந்து நின்றது. புது புது பெயர்கள் விஜயவாடா, நாக்பூர், போபால் என ஊர்களின் பெயர்களை கேட்க ஆச்சரியமாக இருந்தது. ரயில் போபால் ஸ்டேஷனை விட்டு மெல்ல நகர ஆரம்பித்தது.

மேலும் இருட்டி விட்டது. வாசுகியும், கணேஷம் ரயிலில் கிடைத்த சாப்பாட்டை சாப்பிட்டு விட்டு நேற்று மாதிரி படுக்க ஆரம்பித்தனர். நாளை காலை விடிந்ததும் ரவியை பார்க்க போகிறோம் என சந்தோஷப்பட்டார்கள்.

ரவி நாளை அப்பா, அம்மா டெல்லி வருவதை பற்றி சந்தோஷப்பட்டு கொண்டிருந்தான். ஆனால் அதே சமயம் தன் மனைவி சுதாவிடம் கெஞ்சிக் கொண்டிருந்தான். ஊரிலிருந்து வரும் அப்பா, அம்மாவை பார்த்தவுடன் மூஞ்சியை தூக்காமல் இருக்க சொன்னான். முடிந்தவரை அவர்கள் டெல்லியில் இருக்கும் வரை எதுவும் வம்பு பண்ணாமல் நல்ல படியாக பார்த்துக் கொள்ளும்படி அறிவுரை கூறிக் கொண்டிருந்தான். சுதாவும் அரை மனதோடு சரி என்று சொல்லி விட்டு நான் திருச்சிக்கு வந்தபோது அங்கு அவர்கள் என்னிடம் நடந்து கொண்ட விதம் என்னால் மறக்க இயலாது என்றாள். ரவியும் சுதாவிடம் அம்மா நடந்து கொண்டதற்கு மன்னிப்பு கோரிவிட்டு, நம்முடைய திருமணம் காதல் திருமணம். ஆகவே, முதலில் அப்படிதான் இருக்கும் என சொல்லிவிட்டு போக போக எல்லாம் நல்லபடியாக நடக்கும் கவலைபடாதே என்று ஆறுதல் கூறினான். நாளை காலை விடியற்காலம் எழுந்து அப்பா, அம்மாவை அழைக்க ஸ்டேஷன் போக வேண்டும் என்று சீக்கிரமாகவே சாப்பிட்டு விட்டு படுத்தனர்.

காலை பொழுது விடிய ஆரம்பித்தது. ரயில் காலை கிட்டதட்ட 06.30 மணியளவில் புதுடெல்லி ஸ்டேஷனை நெருங்கிக் கொண்டிருந்தது. வாசுகியும், கணேஷம் ரயிலில் வந்த டியை குடித்து விட்டு இறங்க ஆயத்தமானார்கள். ரவி காலை 05.00 மணிக்கே எழுந்து ஆட்டோ பிடித்து ஸ்டேஷன் வந்து விட்டான். ரயில் வரும் செய்தியை ஒலி பெருக்கியில் உன்னிப்பாக கேட்டு கொண்டிருந்தான். அப்பா, அம்மா வருவதை ஆவலுடன் எதிர்ப்பார்த்துக் கொண்டிருந்தான்.

ரயில் மெல்ல புதுடெல்லி ஸ்டேஷனில் நுழைந்தது. ரவிக்கு மனசு படபட என இருந்தது. அப்பா பிளாட்பாரத்தில் ரவியை பார்த்து விட்டு குரல் கொடுக்க ரவி அப்பா குரல் கேட்டு மெதுவாக ஓடிக் கொண்டிருக்கும் வண்டி பின்னால் ஓடினான். வண்டி நின்றதும் ரவி அப்பா, அம்மாவை மெல்ல இறங்க சொன்னான். அப்பா, அம்மா ரயிலை விட்டு இறங்கியதும் ஒருவரை

ஒருவர் ஆசைதீர கட்டி அணைத்துக் கொண்டனர். புதுடெல்லி ஸ்டேஷனில் ஒரே கும்பலாக இருந்தது. கணேஷுக்கும், வாசுகிக்கும் கண்ணைகட்டி காட்டில் விட்டதுபோல் இருந்தது. பாஷை வேறு தெரியாத ஊர். இங்கு ரவி தன் மகன் மட்டும் தான் துணை. ரவி மெல்ல அப்பா, அம்மாவை ஒருவரை ஒருவர் கையை கெட்டியாக பிடித்துக்கொள்ள சொல்லி புதுடெல்லி ஸ்டேஷனை விட்டு வெளியே வந்தனர். பிறகு மூவரும் ஆட்டோவில் ஏறி வீட்டிற்கு புறப்பட்டனர். ரவி ஆட்டோகாரனிடம் ஹிந்தியில் பேசியது, ஆட்டோக்காரன் பதில் சொன்னது எதுவும் வாசுகி, கணேஷுக்கு புரியவில்லை. வாயில்லா ஊமைகள் போல் ரவி பின்னால் வந்து கொண்டிருந்தனர்.

கணேஷும், வாசுகியும் ஆட்டோவில் வரும்போது டெல்லியில் உள்ள உயரிய கட்டிடங்கள், சுத்தமான ரோடு, பவுண்டன் என பார்த்து ஆச்சரியத்தில் மிதந்தனர். ரவி ஆட்டோவில் வரும்போது அப்பா, அம்மாவிடம் பிரயாண செளகரியங்களை விஜாரித்தான். இருவரும் பிரயாணம் மிக சிறப்பாக இருந்தது எனவும், ரயில் மலை குகைகளில் புகுந்து வந்த ஆச்சரியத்தையும் சொல்லி கொண்டிருந்தனர்.

ஆட்டோ வீடு வந்துவிட்டது. சுதாவும் வீட்டுக்கு வெளியே வந்து ரவியின் அப்பா, அம்மாவை அன்புடன் வரவேற்றாள். வாசுகி தற்போது சுதாவை அணைத்துக் கொண்டாள். சுதாவும் வாசுகி கையில் இருந்த சாமான்களை வாங்கி கொண்டு போய் உள்ளே வைத்தாள்.

வாசுகி வீட்டிற்குள் வந்து வீட்டை சுற்றி முற்றி பார்த்துவிட்டு வீடு சின்னதாக இருந்தாலும், சுதா அழகாகவும், சுத்தமாகவும் வைத்து இருக்கிறாள் என மனதில் நினைத்து கொண்டாள். வாசுகி ஊரிலிருந்து எடுத்து வந்த சாமான்கள், இனிப்பு தின்பண்டங்களை சுதா கையில் கொடுத்தாள். சுதாவும் பெற்றுக் கொண்டு எல்லாத்தையும் பத்திரப்படுத்தினாள். பிறகு வாசுகி, கணேஷ் குளியல் எல்லாம் முடித்துவிட்டு, சுதா சமையல் செய்து வைத்திருந்த சாப்பாட்டை சாப்பிட்டு விட்டு ஓய்வு எடுக்க ஆரம்பித்தார்கள். அப்போது கணேஷுக்கும் வாசுகிக்கும் ரயிலில் வருவது போலவே இருந்தது. ரவி சாப்பிட்டு விட்டு அலுவலகம் சென்று விட்டான்.

மாலை ரவி அலுவலகத்திலிருந்து வந்தான். ரவிக்கு அலுவலகத்தில் பூரா நாள் அப்பா, அம்மா உணர்வாகவே, ஒரு தாக்கமாகவே இருந்தது. ரவி தன் அப்பா அம்மாவுடன் சந்தோஷமாக பேசிக் கொண்டிருந்தான். அப்பொழுது சுதா தற்போது மூன்று மாத கர்ப்பமாக இருப்பதை மகிழ்ச்சியுடன் தெரிவித்தான். இந்த சந்தோஷமான சமாசாரத்தை கேட்டு வாசுகியும் கணேஷும் சந்தோஷ பட்டார்கள். பிறகு இரவு சாப்பாட்டை சாப்பிட்டுவிட்டு ஓய்வு எடுத்தார்கள்.

மறுநாள் விடுமுறை என்பதால், ரவி வாசுகியையயும், கணேஷையும் டெல்லியை சுற்றி காண்பதற்காக அழைத்துக் கொண்டு போனான். டெல்லியில் உள்ள பிரதான இடங்களான குதும்பினார், பார்லிமென்ட், தாமரை கோவில் செங்கோட்டை என பல இடங்களுக்கு அழைத்துக்கொண்டு போய் காண்பித்தான்.

வாசுகிக்கும், கணேஷுக்கும் மனதில் மகிழ்ச்சி பொங்கி வந்தது. புது புது சரித்திரத்தில் பெயர் பெற்றுள்ள இடங்களை பார்க்கும்போது பூரித்து போனார்கள். ஆங்காங்கே ரவி புதிதாக வாங்கிய காமிரா மூலம் போட்டோ எடுத்துக் கொண்டனர். குதும்பினார் செங்கோட்டை பார்க்கும்போது மிகவும் ஆச்சரியத்தில் வியந்தனர்.

கணேஷ், வாசுகி பண வறுமை காரணமாக இதுபோல் ஊர் போனதில்லை. ஆகவே இருவருக்கும் இது மிகவும் புது அனுபவமாக இருந்தது. தன் பையன் டெல்லியில் இருப்பதால் தான் நமக்கு இந்த வாய்ப்பு கிடைத்தது என உணர்ந்தனர். இங்குள்ள மக்கள் பேசுவது சுத்தமாக புரியவேயில்லை. சுத்தமான ரோடு மிகவும் பிடித்திருந்தது. பிறகு சாயங்காலம் வீடு வந்து சேர்ந்தனர்.

கணேஷுக்கும், வாசுகிக்கும் தன் பையனோடு டெல்லியில் இருப்பது மிகவும் மன நிறைவு, மகிழ்ச்சியை கொடுத்தது. ரவி இருக்கும் வீட்டில் அக்கம் பக்கத்தில் இருந்தவர்கள் ரவியின் அப்பா, அம்மா வந்திருக்கும் செய்தி கேட்டு பார்க்க வந்து பேச ஆசைப்பட்டனர். ஆனால் பாஷை தெரியாததால் சைகையில் பேசக் கூடிய நிலைமை ஏற்பட்டது. கொஞ்சம், கொஞ்சம் நடு நடுவே சுதா மொழி பெயர்த்து கூறிக் கொண்டிருந்தாள்.

ரவி மார்க்கெட் போய் அப்பா, அம்மா சாப்பிடுவதற்கு பழங்கள், இனிப்பு வகைகள் வாங்கி வந்தான். வாசுகிக்கு டெல்லி ரசகுல்லா மிகவும் பிடித்திருந்தது. அன்று சாப்பிட்டு விட்டு நன்றாக வாசுகியும் கணேஷூம் ஓய்வு எடுத்தனர். ரவி மறுநாள் காலை ஹரித்வார் அழைத்து செல்வதாக சொன்னான். அதை கேட்டதும் வாசுகிக்கும். கணேஷூக்கும் அதிக மகிழ்ச்சியாக இருந்தது. டெல்லியிலிருந்து, ஹரித்வார் என்னும் இடம் கிட்டதிட்ட 250 km. தொலைவில் இருந்தது. கணேஷூம், வாசுகியும் நம் மகன் ரவி மட்டும் டெல்லியில் இல்லையென்றால் இதையெல்லாம் பார்க்க வாழ்க்கை முழுவதும் வாய்ப்பு கிடைத்திருக்காது என மனதில் நினைத்துக் கொண்டு, ரவியிடம் தங்கள் மகிழ்ச்சியை வெளிப்படுத்தினார்கள். காலையில் சீக்கிரம் கிளம்ப வேண்டும் என்பதால் ரவி அப்பா, அம்மாவை சீக்கிரம் படுத்து தூங்கி விடியற்காலை 04.00 மணிக்கு எழுந்திருக்க சொன்னான். காலை 05.00 மணிக்கு டூரிஸ்ட் பஸ்ஸில் ஏற்பாடு செய்துள்ளதாக சொன்னான்.

ரவி சொன்னபடியே வாசுகியும், கணேஷூம் சீக்கீரம் படுத்து தூங்க ஆரம்பித்தனர். மறுநாள் காலை விடிந்தது. ரவி அப்பா அம்மாவை இங்கு குளிக்க வேண்டாம். பவித்ர கங்கையில் குளித்துக் கொள்ளலாம். ஒரு செட் மாற்று துணி மணி மட்டும் எடுத்துக் கொள்ள சொன்னான். அதுபடியே கணேஷூம், வாசுகியும் கிளம்பி 05.00 மணிக்கு புறப்பட ஆயத்தமாக இருந்த பஸ்ஸில் ஏறினார்கள். பஸ் டெல்லி எல்லையை தாண்டியது. சில் என்று வீசிய காற்று காலை நேரத்தில் மிகவும் சுகமாக இருந்தது. பஸ்ஸிலிருந்து வேடிக்கை பார்க்கும்போது நம் ஊரில் உள்ளது போலவே வயல். கடைகள் காட்சி அளித்தது.

பஸ்ஸை 09.00 மணியளவில் ஒரு கடை முன்னால் நிறுத்திவிட்டு, பஸ் இங்கு 20 நிமிடங்கள் நிற்கும். அதற்குள் பாத்ரூம் போய்விட்டு டீ, காபி சாப்பிட்டு விட்டு வர சொன்னான். வாசுகி, ரவி, கணேஷ் மெல்ல இறங்கி பாத்ரூம் போய்விட்டு வந்தனர். சற்று பசி எடுத்தது போல் இருந்தது. உடனே ரவி பிரட் பாக்கோடவும், டீயும் ஆர்டர் செய்து வாங்கிக் கொடுத்தான். கணேஷூக்கும், வாசுகிக்கும் வாழ்க்கையில் இது வித்தியாசமாக தெரிந்தது. ஆனால் சாப்பிட ருசியாகவும் இருந்தது.

மீண்டும் பஸ் 9.30 மணிக்கு கிளம்பி ஹரித்வாரை நோக்கி புறப்பட்டது. கிட்ட நெருங்க நெருங்க பெரிய பெரிய மலைகள் தெரிய ஆரம்பித்தது. தற்போது மிகவும் சில்லென்று காற்று வந்தது. பஸ் ஜன்னல் கதவை மூட வேண்டிய அவசியமாகி விட்டது. பஸ் 11.00 மணியளவில் ஹரித்வாரை வந்து அடைந்தது அவரவர்கள் ஹரித்வாரை சுற்றி விட்டு கங்கையில் குளித்து விட்டு மாலை 05.00 மணியளவில் பஸ்ஸுற்கு திரும்ப சொன்னார்.

ரவி அப்பா, அம்மாவை கங்கை கரைக்கு அழைத்து போய் குளிக்க சொன்னான். கங்கை கரை அருகில் ஒரே வேத கோஷங்களாக சப்தம் வந்தது. வேத மந்திரங்களை கேட்க கேட்க மனதுக்கு ரம்மியமாக இருந்தது. வாசுகியும் கணேஷும் வேகமாக ஓடும் கங்கை நதியை முதன் முதலில் பார்த்தனர். கங்கையில் குளிக்க இறங்கி முதல் படிக்கட்டில் லேசாக காலை வைத்தனர். தண்ணீர் அளவுக்கு அதிகமாக ஜில் என்று இருந்தது. இமயமலையிலிருந்து பனிகட்டி உருகி தண்ணீராக ஓடுவதால் மிகவும் ஜில்லென்று இருந்தது. கங்கை ஆற்று நீரின் ஓடும் வேகம் மிகவும் அதிகமாக இருந்தது. கணேஷும், வாசுகியும் இதை பார்த்து மலைத்து போயினர். கங்கை ஆற்றில் அடித்துக் கொண்டு போகமால் இருக்க சங்கிலி போட்டு இருந்தார்கள். ரவி அப்பா, அம்மாவை சங்கிலியை பிடித்துக்கொண்டு ஜாக்கிரதையாக தலையை மூழ்கி எழுந்திருக்க சொன்னான். கணேஷும், வாசுகியும் தண்ணீர் ஜில் பார்த்து நடுங்கினர். பிறகு மனதை தைரியப்படுத்திக் கொண்டு கங்கை நதியில் மூழ்கி எழுந்தனர். ஒருமுறை மூழ்கி எழுந்த பிறகு கொஞ்சம் குளிர் குறைந்தது போல் தோன்றியது.

பிறகு குளித்து முடித்துவிட்டு சாப்பிட ஹோட்டலுக்கு சென்றனர். அங்கு சப்பாத்தி, டால் கொடுத்து விட்டு கூடவே இரண்டு பச்சை மிளகாய், வெங்காய துண்டுகள் கொடுத்தான். வாசுகிக்கும், கணேஷுக்கும் மிகவும் வித்தியாசமாக புது அனுபவமாக இருந்தது. ரவி அப்பா, அம்மாவிடம் சப்பாத்தியை பிய்த்து டாலில் தோய்த்துக் கொண்டு சாப்பிட சொன்னான். நடுநடுவே பச்சைமிளகாயை கடித்து சாப்பிட சொன்னான். அப்ப அப்ப வெங்காயமும் சாப்பிட சொன்னான். நல்ல பசியாக இருந்ததால் அப்படியே ரவி சொன்னபடி சாப்பிட்டனர். கணேஷ்

என் வாழ்க்கையிலேயே பச்சை மிளகாயை கடித்துக் கொண்டு சாப்பிடுவது இதுதான் முதல் தடவை என்றார். அனுபவம் புதிதாக இருந்தது. ஆங்காங்கே ரவியின் காமிரா மூலமாக போட்டோ எடுத்துக் கொண்டார்கள்.

மதியம் சாப்பிட்டு விட்டு கொஞ்ச நேரம் ஹரித்வார் அக்கம் பக்கத்தில் இருந்த இடங்களை பார்த்து விட்டு மாலை 4.00 மணியளவில் ஒரு டீயை குடித்துவிட்டு, சரியாக 05.00 மணிக்கு பஸ்ஸை வந்து அடைந்தனர். பஸ் டெல்லியை நோக்கி புறப்பட தயாராக இருந்தது. பஸ் 5.00 மணிக்கு புறப்பட்டு இரவு 11.00 மணிக்கு டெல்லியை வந்தடைந்தனர். கொஞ்சமாக சுதா கொடுத்த உணவை சாப்பிட்டு விட்டு ஓய்வு எடுத்தனர்.

இரண்டு, மூன்று நாட்கள் டெல்லியில் தங்கிவிட்டு மீண்டும் திருச்சிக்கு கிளம்ப தயாரானர்கள். ரவியும், சுதாவும் புதுடெல்லி ஸ்டேஷன் போய் ரயிலில் ஏற்றி விட்டனர். ரவியை விட்டு பிரிய கணேஷுக்கும், வாசுகிக்கும் மனசே இல்லை. வாசுகி கண்கள் வண்டி கிளம்பும் நேரம் கிட்ட நெருங்க நெருங்க கலங்க ஆரம்பித்தது. வண்டி மெல்ல நகர ஆரம்பித்தது. வாசுகி கண்கள் அளவுக்கு அதிகமாக கலங்கியது. ரவியின் கண்களில் இருந்தும் கண்ணீர் வந்தது.

தாயும் சேயும்

வாசுகியும், கணேஷும் இரண்டு நாட்கள் பயணம் முடிந்து திருச்சி வந்து சேர்ந்தனர். வந்தவுடன் ரவிக்கு பாசமுடன் ஒரு கடிதம் தாங்கள் பத்திரமாக வந்து சேர்ந்ததை தெரியப்படுத்தினர். மேலும் கணேஷ் ஆங்காங்கே எடுத்த போட்டோவை காப்பி எடுத்து அனுப்ப சொன்னார். ரவியும் சரியென்று போட்டோக்களை காப்பி எடுத்து தபாலில் அனுப்பி கொடுத்தான். போட்டோக்கள் அவ்வளவு அருமையாக இருந்தன.

போட்டோக்கள் கைக்கு கிடைத்ததும் வாசுகியும், கணேஷும் பார்த்து பார்த்து மகிழ்ந்து போனார்கள். உலகத்தையே ஜெயித்து விட்டதாக எண்ணினார்கள். தற்சமயம் டெலிபோன் வசதி கொஞ்சம் முன்னேறியது. வாரத்தில் ஒரிரு நாட்கள் டெலிபோனில் ரவி அப்பா அம்மாவிடம் பேசிக் கொள்ள முடிந்தது. டெலிபோன் பக்கத்து வீட்டில் இருந்தது.

கணேஷ் அக்கம் பக்கம் மற்றும் அலுவலகம் எல்லோருக்கும் போட்டோவை காண்பித்து தூள் கிளப்பிக் கொண்டிருந்தார். அனைவரும் போட்டோக்களை வியந்து பார்த்துக் கொண்டிருந்தனர். இரண்டு, மூன்று மாதங்கள் கடந்தது. டெல்லி சென்றுவந்த நினைவுகள் பசுமையாக இருந்தன. நான்கு, ஐந்து மாதங்கள் ஆன பிறகு ரவி அப்பா, அம்மாவை பார்க்க சுதாவுடன் வந்திருந்தான். இப்போது சுதா ஏழு மாத கர்ப்பிணியாக இருந்தாள்.

கணேஷ் அப்போது கவலையாக ரவியை கூப்பிட்டார். ரவியும் அப்பாவிடம் வந்து உட்கார்ந்து விஷயத்தை கேட்டான். அப்போது கணேஷ் வாசுகியை கூப்பிட்டு தொப்புளுக்கு கீழே உள்ள பெரிய கட்டியை காண்பித்து வேதனை பட்டார். ரவியும் உடனே

கணேஷிடம் இதை ஏன் எனக்கு முன்னாடி சொல்லவில்லை என கோவித்துக் கொண்டான். அம்மா வாசுகியை உடனே பக்கத்தில் உள்ள ஆஸ்பத்திரியில் கொண்டு போய் டாக்டரிடம் காண்பித்தான். டாக்டர் வாசுகியின் வயிற்றில் இவ்வளவு பெரிய கட்டியை பார்த்ததும் ஒரு சமயம் ஆடிவிட்டார். ரவியை கூப்பிட்டு உங்க அம்மா வாசுகிக்கு வயிற்று சதை கிழிந்து குடல் வெளியே வந்து உள்ளதாகவும், உடனே அறுவை சிகிச்சை செய்ய வேண்டும் என சொல்லி விட்டார். அதற்குள் எங்காவது இடித்துக் கொண்டு குடல் கிழித்து விட்டால், உயிருக்கே ஆபத்து என சொல்லி அனுப்பி விட்டார்.

ரவிக்கு அம்மா என்றால் உயிர் இப்ப என்ன செய்வது என்று தெரியவில்லை. அம்மா வாசுகி உயிருக்கு ஆபத்தான நிலையில் இருக்கிறாள் என்பதை உணர்ந்தான். பிறகு அப்பா கணேஷிடம் அம்மாவை இங்கு வைத்துக் கொண்டு அறுவை சிகிச்சை செய்வது என்பது சரிபட்டு வராது, ஆகவே அம்மாவை தன்னுடன் டெல்லி அனுப்புமாறு சொன்னான். நீங்கள் இங்கிருந்து கொண்டு அலுவலக வேலைகளை பாருங்கள் என்றான். கணேஷம் சம்மதம் தெரிவித்தார்.

சுதாவிடமும் எல்லா விபரமும் சொல்லி உடனே டிக்கெட் ஏற்பாடு செய்து ரவி, அம்மா சுதாவுடன் டெல்லி புறப்பட்டான். கணேஷ் ரயில் நிலையம் வந்து மூவரையும் ரயில் ஏற்றி விட்டார். டெல்லி வரும்வரை அம்மா வயிறு எங்கேயும் இடித்து விடாமல் இருக்கும்படி ஜாக்கிரதையாக பார்த்துக் கொண்டான். மெல்ல அம்மாவை ரயிலிருந்து இறக்கி வீட்டிற்கு அழைத்துக் கொண்டு போனான். அன்று மட்டும் வீட்டில் ஓய்வு எடுத்துவிட்டு மறுநாள் காலை டெல்லியில் உள்ள சிறந்த மருத்துவமனைக்கு அம்மா வாசுகியை அழைத்துக் கொண்டு போய் காண்பித்தான். வாசுகியின் நிலைமையை பார்த்தவுடன், டாக்டர் உடனே வாசுகியை ஆஸ்பத்திரியில் சேர்க்க சொல்லிவிட்டார்.

வாசுகிக்கு பாஷை தெரியாததால் ரவியும் ஆஸ்பத்திரியில் அம்மாவுடன் தங்கினான். மறுநாள் வாசுகிக்கு அறுவை சிகிச்சை நடந்தது. வாசுகி குடலை நன்றாக உள்ளே தள்ளி குடல் மேல் உள்ள சதையை ஒட்டி விட்டார். இது கிட்டதட்ட நாம் சைக்கிள் டயரில் ஒட்டு போட்டு டியூப்பை உள்ளே தள்ளியது போல் நடந்தது.

வாசுகி அறுவை சிகிச்சை முடிந்ததும் டாக்டர் வெளியே வந்து, அறுவை சிகிச்சை சிறப்பாக முடிந்ததாகவும், தற்போது வாசுகிக்கு எந்த ஆபத்தும் இல்லை என்ற சந்தோஷமான சமாசாரத்தை சொன்னார். ரவி உடனே பக்கத்து வீட்டிற்கு டெலிபோன் போட்டு கணேஷிடம் தெரியப்படுத்தினான். கணேஷம் வாசுகியை பற்றி மிகவும் கவலையாக இருந்தார். ரவியிடமிருந்து நல்ல சமாசாரம் வரவும் கொஞ்சம் நிம்மதியடைந்தார். டாக்டர் ரவியிடம் நான்கு, ஐந்து நாட்கள் கழித்து டிஸ்சார்ஜ் பண்ணலாம் என்று சொன்னார். வாசுகி ஆஸ்பத்திரியிலிருந்து டிஸ்சார்ஜ் ஆனவுடன் வீட்டிற்கு அழைத்து வந்து ஒரு மாத காலம் பத்திரமாக பார்த்துக் கொண்டான். ஒரு மாதம் கழித்து வாசுகியின் உடல்நிலை தேறியவுடன், தையல் எல்லாம் பிரித்தபிறகு வாசுகியை பத்திரமாக ஊருக்கு அழைத்து கொண்டு போய் விட்டு விட்டு டெல்லி கிளம்பினான். ரவி டெல்லி கிளம்பியவுடன் வாசுகி ரவியின் கைகளை பிடித்துக்கொண்டு கண் கலங்கினாள். தான் ஸ்டேஷன் வந்து ரயில் ஏத்த முடியாத நிலமையை சொன்னாள்.

வாசுகியின் கலங்கிய கண்களிடையில் ரவி டெல்லி கிளம்பினான். கணேஷ் ரவியை ரயில் ஏற்றிவிட்டு கண் கலங்கினார். ரவி தற்போது டெல்லி புறப்பட்டு விட்டான்.

வாசுகி சிறிது சிறிதாக உடல் தேறிக் கொண்டு வந்தாள். தையல் பிரித்த பிறகு புண் கொஞ்சம் கொஞ்சமாக ஆறி ஆபரேஷன் பண்ணிய இடத்தில் வடு மாதிரி ஆகிவிட்டது. கணேஷ் வாசுகிக்கு தேவையான உதவிகளை செய்து வந்தார்.

வாசுகிக்கு இந்த உலகத்தில் ரவியை விட்டால் வேறு எந்த ஆதரவும் இருப்பதாக தெரியவில்லை. ரவி தன்னை டெல்லி அழைத்துக் கொண்டு போனது, ஆஸ்பத்திரியில் அங்கும் இங்கும் அலைந்து சிபாரிசு பிடித்து தனக்கு ஆபரேஷன் பண்ணிவிட்டது. மீண்டும் ஒரு மாதம் கண்ணும் கருத்துமாக பார்த்துக் கொண்டது ஊருக்கு பத்திரமாக கொண்டு வந்து விட்டது, இதையெல்லாம் நினைத்து வாசுகிக்கு ரவிமேல் தனி அன்பும் பாசமும் ஏற்பட்டது. ரவி என்ற பெயரை எடுத்தாலே வாசுகிக்கு பாசத்தில் கண் கலங்கியது. ரவி இருக்கும் வரை எதுக்கும் கவலைபட வேண்டாம் என மனதில் உறுதி ஏற்பட்டது.

ரவியின் மனைவி சதாவிற்கு ஆண் குழந்தை பிறந்தது. தாயும் சேயும் மிகவும் நலமாக வீடு திரும்பி வந்தனர். ரவி தற்போது தன் மனைவி சுதாவை மிகவும் கவனமாக பார்த்துக் கொண்டான்.

ரவிக்கு குழந்தை பிறந்து மூன்று நான்கு மாதங்களுக்கு பிறகு சுதாவையும், குழந்தையும் பத்து நாட்கள் மாமனார் வீட்டில் விட்டுவிட்டு பத்திரமாக பார்த்துக் கொள்ளும்படி சொல்லிவிட்டு அம்மா வாசுகியை பார்க்க திருச்சிக்கு கிளம்பினான். திருச்சி வந்தடைந்ததும் கணேஷ் அவனை அன்புடன் வரவேற்று வீட்டிற்கு அழைத்துச் சென்றார். அங்கு படுக்கையில் அமர்ந்திருந்த வாசுகி ரவியை பார்த்ததும் பாசத்தில் கண்கள் கலங்கிக் கொண்டு வரவேற்றாள்.

பிறகு ரவி, வாசுகி, கணேஷ் மூவரும் சாப்பிட்டு விட்டு ஓய்வு எடுத்தனர். காலையில் எழுந்ததும் வாசுகி சூடாக காப்பி போட்டு கொடுத்தாள். அந்த காப்பியில் ஒரு தனி மனம், ருசி இருக்கத்தான் செய்கிறது. ரவி வாசுகியின் உடல்நலத்தை விஜாரித்து விட்டு ஆறுதலாக மூன்று, நான்கு நாட்கள் திருச்சியில் தங்கி இருந்தான். வாசுகியும் ரவிக்கு பிடித்ததை சமைத்து போட்டாள். ரவி இருக்கும் வரை இந்த வீடு கலகல என்று உயிர் பெற்று இருந்தது. பிறகு ரவி டெல்லிக்கு மீண்டும் கிளம்ப தொடங்கினான். வாசுகியும், கணேஷும் ரவியை ரயில் ஏற்றிவிட்டு, ரயில் கிளம்பியவுடன் கண் கலங்கினர். ரவிக்கும் சற்று மன வேதனையாக இருந்தது.

முன்னேற்றப் பாதை

வாசுகி இந்த தடவை சாப்பாடு ரயிலில் வாங்கி சாப்பிட சொல்லிவிட்டாள். ரவியிடம் இந்த முறை சாப்பாடு கட்டும் அளவுக்கு உடலில் தெம்பு இல்லை என வருத்தமாக தெரிவித்தாள். ரவியும் அம்மாவிடம் நீ இந்த தடவை சிரமபட வேண்டாம், நான் ரயிலில் கிடைக்கும் உணவை வாங்கி சாப்பிட்டு கொள்கிறேன் என அம்மாவிடம் ஆறுதலாக பேசினான்.

ரவி மெல்ல டெல்லி சென்று தன் அலுவலக பணியில் சேர்ந்தான். ரவி இந்த தடவை அலுவலக பணியில் சேர்ந்து ஒரு வாரம் கழித்து ஒரு மகிழ்ச்சியான செய்தி அவனுக்கு ஆபீஸ் சம்பந்தமாக எழுதிய பரிட்சையில் பாஸ் பண்ணி, தன்னுடைய தொலைபேசி நிறுவனத்தில் கணக்கு அதிகாரியாக பிரமோஷனுக்கான ஆர்டர் கிடைத்தது. இந்த மகிழ்ச்சியான செய்தியை சுதாவிடம் பகிர்ந்து கொண்டு மிக்க மகிழ்ச்சி அடைந்தான். பிறகு தனக்கு பிரமோஷன் கிடைத்த சந்தோஷமான தகவலை வாசுகிக்கும் கணேஷூக்கும் தெரியப்படுத்தினான். எப்படி சோற்றுக்கே கஷ்டப்பட்ட நாம் இன்று தொலைபேசி நிறுவனத்தில் கணக்கு அதிகாரியாக பதவி உயர்வு கிடைத்தது மிகவும் மகிழ்ச்சியாக இருந்தது. வாசுகிக்கும், கணேஷூக்கும் தன் மகன் ரவி கணக்கு அதிகாரியாகி விட்டான் என்று சந்தோஷமாகவும், பெருமையாகவும் இருந்தது.

அதே நேரத்தில் ரவிக்கு உள்மனதில் நான் அப்பா, அம்மா விருப்பத்திற்கு மாறாக திருமணம் செய்து கொண்டதை நினைத்து வேதனை அடைந்தான். நான் அப்படி திருமணம் செய்திருக்கக் கூடாது என வருத்தப் பட்டான். இந்த பாவம் தன்னை எதில் கொண்டு போய் விடும் என அஞ்சினான். யாருக்கும் தெரியாமல

ஏதாவது பிராயசித்தம் செய்ய வேண்டும் என நினைத்தான். இந்த பாவத்திலிருந்து கடவுளே என்னை காப்பாற்று என கடவுளிடம் உள் மனதில் வேண்டிக் கொண்டான்.

ஆகவே அப்பா, அம்மாவிற்கு நிறைய சேவை செய்து இந்த பாவத்தை கழிக்க வேண்டும். இதுதான் என் பிராயசித்தம் என எண்ணினான். ஆகவே, அப்பா அம்மாவிற்கு ஆறுதல் தரும் பொருட்டு அடிக்கடி திருச்சி போய் சேவை செய்ய ஆரம்பித்தான். கணேஷ்ற்கு 58-ஆவது வயது முடிந்ததும் 31.08.1988-ல் அரசாங்க பணியிலிருந்து ஒரு குற்றம் குறையில்லாமல் ஓய்வு பெற்றார். அவருடைய அலுவலகத்தில் பெரிய பார்ட்டி கொடுத்து, விழாவில் பாராட்டி. கணேஷை பணியிலிருந்து ஓய்வு பெற செய்தனர்.

கணேஷ் அரசாங்க பணியிலிருந்து ஓய்வு பெற்ற பிறகு சிறிது நாட்கள் ரவியிடம் போக ஆசைப்பட்டார். வாசுகியும் அதற்கு சம்மதம் தெரிவித்தாள். இருவரும் மீண்டும் டெல்லி வருவதாக ரவிக்கு டெலிபோனில் தெரியப்படுத்தினர். ரவியும் அவர்கள் வருவது குறித்து மிகவும் சந்தோஷபட்டான். கணேஷம் வாசுகியும் பேர பையனை பார்க்க மிகவும் ஆவலாக இருந்தனர்.

கணேஷுக்கு ரிடையர்மென்ட் ஆனபோது வந்த பணத்தில் பேரனுக்கு ஒரு பவுனில் தங்க சங்கிலி செய்து கொண்டு இனிப்பு கார வகைகள் செய்து கொண்டு டெல்லி வந்து சேர்ந்தனர். ரவியும் புதுடெல்லி ஸ்டேஷன் போய் அவர்களை அன்புடன் அழைத்து வந்தான். பிறகு அப்பா கணேஷை தன் அலுவலகம் அழைத்து சென்று அனைவருக்கும் அறிமுக படுத்தினான். அனைவரும் ரவியிடம் உங்கள் தந்தை மிகவும் அழகாக இருப்பதாக சொன்னார்கள்.

ரவியின் அப்பா கணேஷுக்கு மிகவும் சந்தோஷமாக இருந்தது. ரவி டெல்லியில் ராஜபாட்டையாக வேலைபார்ப்பது மிகவும் பெருமையாக இருந்தது. வாசுகி தன் பேரனை பார்த்ததும் ஆசையாக கொஞ்சிக் கொண்டு தான் திருச்சியிலிருந்து வாங்கி வந்த தங்க செயினை அணிவித்தார். அதை பார்த்ததும் சுதாவிற்கு மிகவும் பெருமையாகவும் சந்தோஷமாகவும் இருந்தது.

இந்த தடவை ரவி கணேஷையும் வாசுகியையும் முதலில் ஆக்ரா தாஜ்மஹால் அழைத்துக் கொண்டு போனான். கணேஷ்

தாஜ்மஹாலை பார்த்து மிகவும் ஆனந்தபட்டார். ரவி மட்டும் டெல்லியில் இல்லையென்றால் இந்த ஜென்மத்தில் நாம் எங்கு பாஷை தெரியாத ஊரில் வந்து தாஜ்மஹாலை பார்ப்பது என மனதில் நினைத்துக் கொண்டார். எல்லாம் நாம் செய்த புண்ணியமே என கடவுளுக்கு நன்றி சொன்னார். ரவி ஆக்ராவில் பூசணிக்காயில் செய்த இனிப்பை கணேஷுக்கும், வாசுகிக்கும் வாங்கி கொடுத்தான். இது ஆக்ரா ஸ்பெஷல் ஸ்வீட். இருவரும் வாங்கி சாப்பிட்டு மகிழ்ந்தனர். பிறகு தாஜ்மஹாலில் பல தலைவர்கள் அமர்ந்த பெஞ்சில் அமர்ந்து போட்டோ எடுத்துக் கொண்டார்கள். கணேஷும், வாசுகியும் பக்கத்தில் போய் தாஜ்மஹாலை கையால் தடவிக் கொடுத்து மகிழ்ந்தனர். டெல்லி வட இந்தியாவில் பச்சை மிளகாயை கடித்துக் கொண்டு சப்பாத்தி சாப்பிடுவது புது அனுபவமாக இருந்தது கணேஷுக்கும், வாசுகிக்கும் ஆச்சரியமாக இருந்தது.

தாஜ்மஹாலை பார்த்து விட்டு அனைவரும் மீண்டும் டெல்லி திரும்பினர். ஒரிரு நாட்கள் ஓய்வு எடுத்துவிட்டு, ரவி இந்த தடவை. கணேஷையும், வாசுகியையயும் குருசேத்ரா அழைத்துக் கொண்டு போனான். அங்குள்ள பெரிய சரோவரில் கணேஷும் வாசுகியும் குளித்தனர். கணேஷ் தன் ஆத்மாவே புண்ணியமாகி விட்டது என எண்ணினார். பிறகு குருசேத்ராவில் கார் வைத்துக் கொண்டு பல புண்ணிய இடங்களை பார்த்தார்கள். அதில் முக்கியமான இடம் கிருஷ்ணன் அர்ஜுனனுக்கு கீதா உபதேசம் செய்த இடம் அந்த இடத்தை கணேஷும், வாசுகியும் மிதித்த உடன் மெய் சிலிர்த்து போனார்கள். ரவியை மகனாக பெற்றதற்கு மிகவும் பெருமை அடைந்தார்.

பிறகு அனைவரும் டெல்லி வந்து சேர்ந்தனர். மேலும் நான்கு, ஐந்து நாட்கள் இருந்து விட்டு வாசுகியும், கணேஷும் திருச்சி செல்ல ஆயத்தமானார்கள். ரவி அவர்களை புதுடெல்லி ரயில் நிலையத்தில் ரயில் ஏற்றி விட்டான். அவர்கள் பத்திரமாக திருச்சி போய் சேர்ந்தனர். அக்கம் பக்கத்தில் இருப்பவர்களிடம் தாஜ்மஹால், குருசேத்ரா ஆகிய இடங்களில் எடுத்த போட்டோவை காட்டி மகிழ்ந்தனர். போட்டோவை பார்த்தவர்களும் மிகவும் ஆச்சரியத்துடன் பார்த்தனர்.

கணேஷ் ரிடையர்மெண்டு ஆனபிறகு பென்டின் வர ஆரம்பித்தது. பென்ஷன் சம்பளத்தை விட குறைவாக இருந்தது.

இதுவரை நன்றாக போய் கொண்டிருந்த குடும்பம் செலவுக்கு சற்று திணற ஆரம்பித்தது. வீட்டு வாடகை கொடுத்து, சாமான்கள் வாங்கி குடும்பம் நடத்துவது சிரமமாக இருந்தது.

கணேஷுக்கும் வீட்டில் வேலையில்லாமல், சும்மா உட்கார்ந்திருப்பதும் சற்று கடினமாக இருந்தது. கணேஷ் பொழுது போக்குக்காக தமிழ் மன்றம் நடத்தும் கூட்டத்தில் கலந்து கொள்ள ஆரம்பித்தார். மேலும் கொஞ்சம், தமிழ் கவிதைகள் இயற்ற ஆரம்பித்தார். தமிழ் மன்றத்திலிருந்து பலபேர் தொடர்பு ஏற்பட்டு மகிழ்ச்சியை தேடிக் கொண்டிருந்தார்.

ரவியும் சரியானபடி அப்பா அம்மாவிற்கு பணம் அனுப்ப முடியாமல் கஷ்டபட்டான். ரவி டெல்லியில் வீட்டிற்கு வாடகை கொடுத்து பையனை ஸ்கூலில் சேர்த்து படிப்பு செலவு, குடும்ப செலவு என செலவுகள் பிய்த்துக் கொண்டு போனது. ஆகவே, ரவியிடமிருந்து பணம் ஏதும் எதிர்பார்க்க முடியவில்லை. ரவி மேலும் தன் கல்யாணத்திற்கு வாங்கிய கடனை இன்னும் கடந்த நான்கு ஆண்டுகளாக அடைக்க முடியாமல் தடுமாறினான்.

ரவி முடிந்தவரை வாசுகியையும், கணேஷையும் மனம் குளிர குளிர செய்துக் கொண்டிருந்தான். ரவி அதுதான் அப்பா அம்மாவிற்கு செய்த துரோகத்திற்கு பிராயசித்தம் என மனதில் எண்ணிக் கொண்டான். தன் குழந்தை நன்றாக இருக்க வேண்டும் என்றால், இதுதான் சரி என ரவிக்கு பட்டது.

கணேஷ் ரிடையர்மெண்ட் ஆனபிறகு வாசுகிக்கும் வீட்டில் அவ்வளவு வேலை இல்லை. சுறுசுறுப்பாக இருந்த வாசுகிக்கும் சும்மா வேலையில்லாமல் உட்கார்ந்திருப்பது சிரமமாக இருந்தது. இதற்கிடையில் பக்கத்து வீட்டில் இருந்த சமையல் வேலை செய்பவர், வாசுகியிடம் ஒரு இடத்தில் ஒருநாள் சமையல் வேலை உள்ளது. நீங்கள் போய் செய்ய சம்மதமா என கேட்டார். பணமும் கணிசமாக தருவார்கள் என சொன்னார்.

வாசுகி மனசு தடுமாற ஆரம்பித்தது சமையல் வேலைக்கு போகலாமா அல்லது வேண்டாமா என்று கணவரை கேட்டு விட்டு சொல்கிறேன் என சொல்லிவிட்டாள். வாசுகிக்கு மனபோராட்டம் ஆரம்பித்து விட்டது. சமையல் வேலைக்கு போனால்தான் என்ன அப்படி ஒன்றும் கேவலமான தொழில் ஒன்றும் இல்லையே. தற்போது கணேஷ் வாங்கும் பென்ஷன்

வீட்டு செலவிற்கே பற்ற மாட்டேன் என்கிறது. ரவியாலும் சரியாக பணம் அனுப்ப முடியவில்லை. வீட்டிலும் அவ்வளவு வேலை இல்லை. வாசுகியும், கணேஷும் மட்டும் தானே. இரவு படுக்கும் போது மெல்ல கணேஷிடம் தான் சமையல் வேலைக்கு போகட்டுமா என அன்புடன் பல காரணங்களை சொல்லி போக அனுமதி கேட்டாள்.

கணேஷும் நீண்ட நேரம் யோசனை செய்துவிட்டு வாசுகியை சமையல் வேலைக்கு போக அனுமதி கொடுத்தார். மறுநாள் காலை வாசுகி பக்கத்தில் உள்ள சமையல் வேலை செய்பவரிடம் தான் வேலைக்கு செல்வதாக சம்மதம் தெரிவித்தாள். அவரும் உடனே வாசுகி சமையல் வேலை செய்ய போக வேண்டிய இடம், முகவரி எல்லா விபரங்களையும் கொடுத்தார். வாசுகியும் வாழ்க்கையில் முதன்முதலாக பிறர் வீட்டில் சமையல் வேலை செல்ல ஆயத்தமானாள். இது குறித்து வாசுகிக்கு மனதில் எந்த விதமான சங்கோஜமும், வருத்தமும் இல்லை குறிப்பிட்ட நாளில் வாசுகி தன் வாழ்க்கையில் முதன்முதலாக சமையல் வேலை செய்ய புறப்பட்டு, அந்த இடத்தை சென்றடைந்தாள். அங்கு வாசுகி விடியகாலை 06.00 மணிக்கு சென்றடைந்து மதியம் 12.00 வரை சமையல் வேலை செய்தாள். வாசுகியின் சமையல் அவர்களுக்கு ரொம்பவும் பிடித்து போய்விட்டது.

கணேஷ் தன் மனதை கல்லாக்கிக் கொண்டு வாசுகியை சமையல் வேலைக்கு அனுப்பி வைத்தார். வாசுகி காலை 05.00 மணிக்கு புறப்பட்டு போனவள் மதியம் 02.30 மணிக்கு தான் திரும்பி வந்தாள். வாசுகியை பார்த்ததும்தான் கணேஷுக்கு உயிர் வந்தது போல் இருந்தது. அதுவரை வீட்டில் கணேஷுக்கு ஒருவரும் இல்லாததது போல் இருந்தது. வாசுகி வீட்டிற்கு வந்ததும் தனக்கு கிடைத்த சமையல் கூலி பணத்தை அப்படியே கணேஷ் கையில் கொடுத்து சந்தோஷபட்டாள். கணேஷ் அதை வாங்கி எண்ணும் போது கைகள் நடுங்கின. கணேஷிற்கு ஆறுதல் சொன்னாள் கணேஷ் கண்களிலிருந்து வரும் கண்ணீரை துடைத்து விட்டாள்.

பிறகு வாசுகி சூடாக காப்பி போட்டு எடுத்துக் கொண்டு வந்தாள். வாசுகியும் கணேஷும் அன்புடன், ஒருவர் மீது ஒருவர் பாசத்துடன் குடித்தனர். வாசுகி சற்று நேரம் ஓய்வெடுத்து விட்டு இரவு சமையல் வேலை பார்க்க ஆரம்பித்தாள். முதலில் இந்த

விஷயத்தை ரவியிடம் சொல்ல வேண்டாம். கோப படுவான் என நினைத்தார்கள். ஆனால் வாசுகி தன் நிலைமையை விளக்கி ரவியிடம் சொல்லி அவனையும் சம்மதிக்க வைத்தாள். ரவிக்கு முதலில் அம்மா சமையல் வேலைக்கு போவதை நினைத்து ஒரு மாதிரியாக இருந்தது. பிறகு தனக்கு தானே ஆறுதல் சொல்லிக் கொண்டான்.

பக்கத்தில் உள்ள சமையல்காரர் மீண்டும் வாசுகியை சமையல் வேலைக்கு போகமுடியுமா என கேட்டார். இந்த முறை வாசுகியும் வர உடனே சம்மதம் தெரிவித்தாள். வாசுகி சமையல் வேலைக்கு சிறுக சிறுக போக ஆரம்பித்தாள். வாசுகி சமையல் வேலைக்கு போக போக வீட்டில் பண நிலமை கொஞ்சம் சீரானது. கொஞ்சம் தாரளமாக செலவு செய்யும் நிலமைக்கு வந்தார்கள். பண கவலை தற்போது விட்டது கணேஷுக்கு வீட்டில் எல்லா செளகரியங்களையும் செய்து விட்டு வாசுகி சமையல் வேலைக்கு வந்து போய் கொண்டிருந்தாள். கணேஷும் தனிமையாக வீட்டில் இருக்க பழகி கொண்டார். வாசுகிக்கு சிரமம் இல்லாமல் இருக்க சின்ன சின்ன வேலைகளை செய்து கொடுத்தார்.

ஆனால் விதி யாரை விட்டது. கணேஷுக்கு உடல் நிலை சரியில்லாமல் போய்விட்டது. வாசுகி தன் கணவரை நல்ல டாக்டரிடம் கூட்டிக் கொண்டுபோய் காண்பித்தாள். டாக்டர் பரிசோதனை செய்துவிட்டு அவருக்கு சர்க்கரை வியாதி வந்து விட்டதாகவும் தொடர்ந்து மருந்து மாத்திரைகள் சாப்பிட வேண்டும் என அறிவுரை கூறினார். வாசுகி தலையில் இடி விழுந்தது போல் இருந்தது.

வாசுகி சமையல் வேலைக்குப் போய் வரும் பணத்தில் கணேஷுக்கு மருந்து, மாத்திரைகள் வாங்கி கொடுத்தாள். கணேஷுக்கு மாதம் இருமுறை சர்க்கரை வியாதி அளவை தெரிந்து கொள்ள டாக்டரிடம் போக வேண்டிய நிர்பந்தம் ஆகிவிட்டது. ஒருமுறை டாக்டரிடம் போனால் குறைந்த பட்சம் ரூ.1000/- குறையாமல் செலவு ஆகி கொண்டிருந்தது.

வாசுகி சமையல் வேலை செய்து வரும் பணம் மிகவும் கைகொடுத்தது. அப்பா கணேஷுக்கு சர்க்கரை வியாதி வந்துவிட்டதை வாசுகி ரவியிடம் தெரிவித்தாள். ரவியும்

உடனே டெல்லியிலிருந்து புறப்பட்டு அப்பாவை பார்க்க வந்தான். ஆனால் பணம் ஏதும் கொடுக்க முடியவில்லை. ஒரு வாரம் தங்கி அப்பா, அம்மாவிற்கு ஆறுதலாக இருந்தான். ரவி பணம் கொடுக்கவில்லை என்றாலும் பரவாயில்லை. ஆனால் ரவி கூட இருப்பது வாசுகிக்கும், கணேஷுக்கும் மிகவும் மன தெம்பாகவும், பக்க பலமாகவும் இருந்தது.

ரவியும் தான் பணத்திற்கு சிரம படுவதாக சொன்னான். வீட்டு, வாடகை, குடும்ப செலவு, பையன் படிப்பு, கல்யாண கடன் அடைப்பு பணத்தை இழுத்து பிடித்து செலவு செய்வதாக வாசுகியிடம் சொல்லி கொண்டிருந்தான். வாசுகியும் தன் பிள்ளை ரவி டெல்லியில் கஷ்டபடுவதை நினைத்து வேதனைபட்டாள்.

ரவி ஒரு வாரம் முடிந்தவுடன் மீண்டும் டெல்லிக்கு கிளம்பினான். வாசுகியும், கணேஷும் “கலங்கிய கண்களோடு” திருச்சி ரயில் நிலையத்தில் ரயில் ஏற்றிவிட்டு வந்தனர். வாசுகிக்கும் கணேஷுக்கும் உயிர் தன்னைவிட்டு பிரிந்து போவது போல் இருந்தது.

ரவி டெல்லிக்கு போனதும் வாசுகி பழையபடி சமையல் வேலை செய்ய ஆரம்பித்தாள். அதோடு கணேஷையும் டாக்டரிடம் அழைத்துக் கொண்டு போய் காண்பித்து சர்க்கரை வியாதிக்கு மருந்து வாங்கி கொடுத்து கணேஷை காப்பாற்றிக் கொண்டிருந்தாள்.

இப்படியே ஒரிரு வருடங்கள் உருண்டது. கணேஷ் பொழுது போக்குக்காக தமிழ் மன்றம் செல்வது. கவிதை இயற்றுவது காசில்லாமல் சொற்பொழிவு ஆற்றுவது என காலத்தை கடத்திக் கொண்டிருந்தார். மாதா மாதம் முதல் நாளில் வாசுகியுடன் சென்று வங்கியிலிருந்து பென்ஷன் பணம் பெற்று வாசுகியின் கையில் அன்புடன் கொடுத்தார். வீட்டின் வரவு செலவு வாசுகி தான் செய்து வந்தாள்.

கணேஷுக்கும் நிறைய தமிழ் மன்றத்தில் செல்வாக்கு வளர்ந்தது. அடிக்கடி கணேஷை தமிழ் மன்றத்தில் விதவிதமான தலைப்புகளில் சொற்பொழிவு ஆற்ற அழைத்துக் கொண்டிருந்தார்கள். மற்ற நேரங்களில் இறைவன் மேலும், சில கல்யாண நிகழ்ச்சிகளுக்கும் கவிதை இயற்ற தொடங்கினார். அவருடைய சொற்பொழிவு கவிதைகளுக்கு திருச்சியில்

உள்ள தமிழ் அறிஞர்கள் மத்தியில் நல்ல வரவேற்பு இருந்தது. கணேஷம் தமிழ் பற்றில் ஈடுபட்டு உற்சாகமாக இருந்தார்.

வாசுகி வழக்கம் போல் சமையல் வேலைக்கு போய் கொண்டிருந்தாள். அதனால் வீட்டில் பணவரவு கொஞ்சம் தாராளமாக இருந்தது. ஆனால் வாசுகியின் மனதில் ஒரு நெருடல் இருந்தது. என் குழந்தை ரவி டெல்லியில் பணத்துக்கு கஷ்டபடுகிறான் என வாசுகி கவலைப்பட்டுக் கொண்டிருந்தாள். ரவி தன் பையன் தொலை தூரத்தில் இருப்பதால் இந்த கவலை வாசுகியின் மனத்தில் பூதாகாரமாக உருவெடுத்தது. வாசுகி இரவில் தூங்கும்போது ரவியை யாரோ கடன்காரன் மிரட்டுவது போலவும் ரவி பயத்தில் நடுங்கிக் கொண்டிருப்பதாக ஒரு கற்பனை தோற்றம் வாசுகியின் மனதில் மிகவும் கவலை கொள்ள ஆரம்பித்தது.

வாசுகி உடனே என் குழந்தை ரவி பணத்துக்காக கஷ்டபடக்கூடாது. நம்மிடம் இருக்கும் பணத்தில் கொஞ்சம் செலவை கட்டுபடுத்திக் கொண்டு, ரவியின் வங்கி கணக்கில் பணம் செலுத்த வாசுகி வங்கி சென்றாள். வாசுகிக்கு எழுத படிக்க தெரியாது. ஏனெனில் மூன்றாம் வகுப்புடன் அவள் பள்ளி படிப்பு முடிந்து விட்டது.

வாசுகி வங்கி சென்று அங்கு ஆபிசர் டெஸ்க்கில் அமர்ந்திருக்கும் அதிகாரியிடம் இந்த பணத்தை என் மகன் ரவியின் வங்கி கணக்கில் சேர்க்க வேண்டும் என்று செலானுடன் சென்று அதை பூர்த்தி செய்து தருமாறு பணிவுடன் வேண்டிக் கொண்டாள். டெஸ்க் அதிகாரி உங்கள் மகன் எங்கு இருக்கிறார். அவர் பேங்குக்கு வர மாட்டாரா, வயதான தாயாரை வங்கிக்கு அனுப்பி இருக்கிறாரே என வாசுகியிடம் கேட்க ஆரம்பித்தார்.

வாசுகி தன் மகன் டெல்லியில் இருப்பதாகவும், பணத்திற்கு மிகவும் கஷ்டபடுவதாகவும் வாசுகி டெஸ்க் ஆபிசரிடம் சொன்னாள். வாசுகி சொன்ன விதம் பாவம் இந்தம்மாள் பையன் ஏதோ டெல்லியில் கூலி வேலை செய்து பிழைப்பது போலவும், இந்தம்மாள் கஷ்டப்பட்டு தன்னுடைய பையனுக்கு பணம் அனுப்புவது போல் டெஸ்க் ஆபிஸருக்கு மனதில் தோற்றம் ஏற்பட்டது. அவரும் வேறு ஏதுவும் கேட்கவில்லை அவருகிருந்த வேலை சிரமத்தில் டெஸ்க் ஆபிசர் வேறு ஏதும்

பேசாமல் வாசுகி கொடுத்த செலானை பாஸ் புக்கை பார்த்து பூர்த்தி செய்து கொடுத்தார். வாசுகியும் வங்கியில் ரவியின் கணக்கில் பணம் கட்டிவிட்டு டெஸ்க் ஆபிஸருக்கு நன்றி தெரிவித்து விட்டு வங்கியை விட்டு கிளம்பினாள்.

வாசுகி சமையல் வேலைக்கு போய் கிடைக்கும் பணத்தில் சிறுக சிறுக ரவியின் வங்கி கணக்கில் பணம் போட்டு வந்தாள். வங்கியில் பணம் போடும் சம்பந்தமாக அடிக்கடி டெஸ்க் ஆபிஸரை சந்திக்க நேரிட்டது. வாசுகி பணம் போட வரும் போதெல்லாம் புன்சிரிப்போடு செலான் பூர்த்தி செய்து கொடுத்தார்.

தற்சமயம் வாசுகிக்கும் கணேஷூக்கும் மீண்டும் டெல்லி சென்று ரவியை பார்க்கவும் பேரனை பார்க்கவும் ஆசையாக இருந்தது. இதுகுறித்து கணேஷ் ரவியிடம் தொலைபேசியில் தெரிவித்தார். ரவியும் மிக்க மகிழ்ச்சியுடன் அப்பா, அம்மாவை டெல்லி வரசொன்னான். பிறகு ரயில்வே டிக்கெட் ஏற்பாடு செய்து கொண்டு வாசுகியும், கணேஷும் டெல்லி வந்து சேர்ந்தனர். ரவி வழக்கம் போல் காலையில் எழுந்திருந்து புதுடெல்லி ஸ்டேஷன் போய் தன் உயிரினும் மேலான அப்பா, அம்மாவை அழைத்துக் கொண்டு வீடு வந்தான்.

வாசுகி வீடு வந்து சுதாவை பார்த்ததும் தன் கழுத்து தங்க சங்கிலியை கழட்டி சுதாவுக்கு போட்டாள். வாசுகியின் இந்த செயல் சுதாவுக்கு மிக்க மகிழ்ச்சியாக இருந்தது. தற்போது பேரனுக்கு ஐந்து வயதிற்கு மேல் ஆகிறது. அவனை மடியில் உட்கார வைத்து கொஞ்சிக் கொண்டிருந்தனர். ரவி குளித்து விட்டு அலுவலகம் செல்ல கிளம்பி விட்டான். வாசுகியையும், கணேஷையும் சாப்பிட்டு விட்டு நன்றாக ஓய்வு எடுக்க சொன்னான். பிறகு ஒரிரு நாட்களுக்கு பிறகு அவர்களை ஜெய்ப்பூர் அழைத்து சென்று காண்பிப்பதாக சொல்லிவிட்டு ஆபீஸ் கிளம்பி போய்விட்டான். வாசுகிக்கும், கணேஷூக்கும் ஒரே மகிழ்ச்சியாக இருந்தது.

ரவி சொன்னபடி அப்பா, அம்மாவை ஜெய்ப்பூர் அழைத்துக் கொண்டுபோய் காண்பித்தான். ஜெய்ப்பூரில் பழங்காலத்து மன்னர்களின் அரண்மனை, பூங்கா ஹவாமஹல், சரித்திர புகழ்பெற்ற கோட்டை ஆகியவற்றை பார்த்து மகிழ்ந்தனர்.

தற்சமயம் ரவியின் அப்பா, அம்மாவிற்கு சுற்றி பார்ப்பதில் உடல் தளர்வு ஏற்பட்டது. பிறகு ஜெய்ப்பூர் ஸ்பெஷல் சாப்பாடு சாப்பிட்டனர். ஆனால் வித்தியாசமாக அது ஒரு சுவையாக இருந்தது. வாழ்க்கையில் இது ஒரு தனி சுகமாக தோன்றியது. ரவி அங்கு அவர்களுக்கு பானிபூரி, ஆலு டிக்கி போன்றவற்றை வாங்கிக் கொடுத்து மகிழ்ச்சியில் ஆழ்த்தினான். ஜெய்ப்பூரை பார்த்துவிட்டு அனைவரும் டெல்லி திரும்பினர்.

வாசுகியும், கணேஷும் மேலும் பத்து நாட்கள் டெல்லியில் ரவியுடன் தங்கிவிட்டு, மீண்டும் திருச்சி செல்ல ஆயத்தமானார்கள். பிறகு கிளம்பி திருச்சி வந்து சேர்ந்தார்கள். கணேஷ் அக்கம் பக்கத்தில், தமிழ் அறிஞர்களிடம் தாங்கள் ஜெய்ப்பூரில் ஆங்காங்கே எடுத்த போட்டோக்களை காண்பித்து மகிழ்ந்தார். அவர்களும் போட்டோவில் அரண்மணை எல்லாத்தையும் பார்த்து விட்டு வியந்தனர்.

வாசுகி வழக்கம்போல் தன் சமையல் வேலையை தொடர்ந்தாள். கணேஷ் மீண்டும் தமிழ் மன்றங்கள் செல்வது, கவிதை எழுதுவது, சொற்பொழிவு ஆற்றுவது பல தமிழ் அறிஞர்களை சந்திப்பது என தன்னை தமிழ் தொண்டுக்கு முழுவதும் அர்ப்பணித்து கொண்டார். இதன் நடுவில் அவர் தமிழ் தொண்டை பாராட்டி அவருக்கு "கவிஞர்" என்ற பட்டமும் கிடைத்தது. ஆனால் அவர் செய்யும் தமிழ் தொண்டிற்கு ஒரு பைசா கூட வருமானம் இல்லை. இது வாசுகிக்கு வருத்தமாக இருந்தது. சமயத்தில் கணேஷை தமிழ் தொண்டை விட சொல்லி வற்புறுத்தினாள். ஆனால் கணேஷோ தமிழ் தொண்டை விடுவதாக இல்லை. இதுகுறித்து வாசுகிக்கும், கணேஷுக்கும் அடிக்கடி கருத்து வேறுபாடுகள் ஏற்பட்டு கொண்டே இருந்தது.

நாட்கள் ஓடிக் கொண்டிருந்தன. நாலு ஐந்து மாதங்களுக்கு பிறகு ரவி அப்பா, அம்மாவை பார்க்க திருச்சி வந்தான். ரவி வந்ததும் வீட்டில் ஒரே மகிழ்ச்சி. ஒருநாள் வாசுகி ரவியிடம் தான் வங்கி செல்ல இருப்பதாகவும் தன்னுடன் வங்கி வருமாறு அழைத்தாள். ரவியும் சந்தோஷமாக சாப்பிட்டு விட்டு வாசுகியுடன் வங்கி சென்றான். அப்போது வாசுகி தன் மகன் ரவியை டெஸ்க் ஆபிஸருக்கு அறிமுகம் செய்தாள் இதுதான் என் குழந்தை ரவி என்று.

வங்கியில் டெஸ்க் ஆபிஸர் ரவியை மேலே கீழே பார்த்துவிட்டு எங்கே வேலை பார்க்கிறாய் என விஜாரித்தார். ரவி ஏதோ கூலி வேலை செய்பவன் என மனதில் டெஸ்க் ஆபிஸருக்கு எண்ணம். ரவி உடனே டெல்லியில் தொலைபேசி நிறுவனத்தில் தான் கணக்கு அதிகாரியாக வேலை பார்ப்பதாக சொன்னான். இதை கேட்டதும் டெஸ்க் ஆபிஸர் அதிர்ந்துபோய் விட்டார். இவ்வளவு நல்ல பதவியில் இருப்பவனுக்கா இந்த தாயார் பணம் அனுப்புகிறாள் என ஆச்சரியத்தில் ஆழ்ந்து போனார். அந்த தாயை பார்க்கும் போது சாட்சாத் தெய்வத்தை பார்ப்பது போல் அந்த டெஸ்க் ஆபிஸருக்கு தோன்றியது. உடனே எதையும் யோசிக்காமல் அந்த தாயின் காலில் விழுந்து வணங்கினார். ரவிக்கு அப்போது தான் அம்மா தன் கணக்கில் பணம் போடும் விஷயம் அறிந்து அவனும் மெய்சிலிர்த்து போனான். அம்மாவின் இந்த தியாக உணர்வை நினைத்து அவனையும் அறியாமல் கண்கள் கலங்கி குழமானது.

ரவி அப்பா, அம்மாவுடன் ஐந்து, ஆறு நாட்கள் தங்கியிருந்தான். அப்போது ஆசையாக கணேஷ் தான் இயற்றிய கவிதைகளை ரவியிடம் காட்டினார். ரவியும் கவிதைகளை ரசித்து படித்துவிட்டு அப்பாவின் புலமை கண்டு வியந்தான். கணேஷ் தன் மகன் ரவியை அன்புடன் தடவிக் கொடுத்து கொண்டு தன்னை அமிர்தசரஸ் சீக்கீயர்களின் பொற்கோவிலை, ஜாலியன் வாலாபாக் என்ற இடங்களை காட்ட சொன்னார். ரவியும் தன் அப்பாவிடம் கண்டிப்பாக கூட்டிக்கொண்டு போய் காட்டுவதாக உறுதிமொழி அன்புடன் அளித்தான்.

மேலும், ரவி நான்கு, ஐந்து நாட்களுக்கு திருச்சியில் தங்கிவிட்டு டெல்லி செல்ல ஆயத்தமானான். வாசுகியும், கணேஷும் பிரியா விடை கொடுக்க திருச்சி ரயில் நிலையம் சென்று ரவியை ரயில் ஏற்ற சென்றனர். வாசுகி அன்புடன் ரவியிடம் கட்டிக் கொடுத்த உணவுகளை வீணாக்காமல் சாப்பிடவும், மற்றும் செய்து கொடுத்த இனிப்பு, காரங்களை சாப்பிடும் படியும் அறிவுரை சொல்லிக் கொண்டிருந்தாள்.

ரவி ரயிலுக்காக காத்திருந்தான். ரயிலும் வந்தது. ரவி வழக்கம் போல் சாமான்களை சீட்டில் வைத்துவிட்டு அப்பா, அம்மாவுடன் பிளாட்பாரத்தில் சிக்னல் போடும் வரை நின்று கொண்டிருந்தான். உணர்ச்சி பூர்வமான தருணம் அது. ரவி

லேசாக கண் கலங்கிக் கொண்டிருந்தான். இன்னும் சற்று நிமிடங்களில் தன் அப்பா அம்மாவை பிரிந்து போகிறோமே என மனதில் நினைத்துக் கொண்டிருந்தான். வாசுகியும் கண் கலங்க ஆரம்பித்தாள்.

பிரிவுத் துயரம்

கணேஷ் தன் மகன் ரவியை அன்புடன் தன் பக்கத்தில் கூப்பிட்டு, ரவி இத்தருணத்தில் அப்பா, அம்மாவை விட்டு போகிறோமே என உணர்ச்சி பூர்வமான வருத்தத்தில் இருக்கிறாய், உனக்கு மன பாரமாகவும் உள்ளது. ஆனால் ரயில் நகர்ந்து ஒவ்வொரு ஸ்டேஷனாக கடக்கும் போது உன் மன வருத்தமும், மன பாரமும் குறைந்து கொண்டே போகும் என சொன்னார். இதைகேட்ட ரவி ஒரு நிமிடம் அதிர்ந்து போய், அப்பா சொல்வது சரிதானோ என நினைத்தான். அப்பா சொன்ன படியே ரயில் ஒவ்வொரு ஸ்டேஷனை கடக்கும் போது மனவருத்தம், பாரம் குறையத்தான் தொடங்கியது. ரவி பத்திரமாக டெல்லி சென்று தன் அலுவலக வேலைகளில் சேர்ந்தான்.

கணேஷ் திருச்சியில் மாதம் இருமுறை சர்க்கரை வியாதியை பரிசோதனை செய்து கொண்டு அதற்கு தகுந்தாற்போல் மாத்திரை மருந்து வாங்கி கொண்டிருந்தார். வாசுகியும் வழக்கம் போல் சமையல் வேலைக்கு போய் வந்து கொண்டிருந்தாள்.

இத்தருணத்தில் கணேஷன் உடல்நிலை. மேலும் பலஹீனமானது. முன்னால் இருந்த தெம்பு உடம்பில் இல்லை. கணேஷுக்கு உடம்பு பூரா அரிக்க ஆரம்பித்தது. நாளுக்கு நாள் உடம்பு அரிப்பு அதிகமாகி கொண்டே போனது. கணேஷ் உடம்பை சொரிந்து, சொரிந்து களைத்து போனார். ஆனால் உடல் அரிப்பு நிற்கவே இல்லை. கணேஷன் உடல் அரிப்பு இரவு நேரங்களிலும் தூங்க விடாமல் தொல்லை கொடுத்தது. சமயத்தில் வாசுகியை சொரிந்து விட சொன்னார். அவளும் சொரிந்து கொடுத்தாள். வாசுகிக்கு இது என்ன புதுவியாதி கணேஷுக்கு வந்துள்ளது என கவலையடைந்தாள்.

மறுநாள் வாசுகி, கணேஷை டாக்டரிடம் சென்று காண்பித்து விட்டு மருந்து வாங்கி வர சொன்னாள். கணேஷால் உடல் உபாதை தாங்கமுடியவில்லை. கணேஷ் தோல் மருத்துவரிடம் சென்று உடல் அரிப்பை பற்றி சொன்னார். தோல் மருத்துவரும் கணேஷ் உடலை பரிசோதித்து விட்டு கணேஷுக்கு தற்போது "சொரியாசீஸ்" என்ற வியாதி வந்துள்ளதாகவும், அதற்கு தகுந்தாற் போல் மாத்திரை மருந்துகள் எழுதி கொடுத்தார்.

கணேஷ் உடல்நிலை நாளுக்கு நாள் பலஹீனமாகி கொண்டிருந்தது. சாப்பிடும் மருந்து, மாத்திரைகள் அதிகமாகி கொண்டே போயிற்று. வாசுகி சமையல் வேலைக்கு போய் சம்பாதித்து மருந்து செலவுகளை ஈடுகட்டி வந்தாள்.

கணேஷ் உடல் அரிப்புக்கு டாக்டர் கொடுத்த மாத்திரைகளில் பலன் அதிகமாக இல்லை. கணேஷுக்கு அரிப்பு அதிகமாகி உடல் பூரா புண்ணாக தொடங்கியது. இனிமேல் கணேஷை வீட்டில் வைத்திருந்தால் சரிபட்டு வராது என நினைத்து தில்லை நகரில் ஆஸ்பத்திரியில் சேர்த்து விட்டாள். வாசுகி ஆஸ்பத்திரியில் தங்கி பார்த்துக் கொண்டிருந்தாள்.

ரவிக்கு இது சம்பந்தமாக வாசுகி ஏதும் தெரியப்படுத்தவில்லை. அனாவசியமாக பிள்ளை மனகவலை அடைவான் என்று சொல்லாமல் விட்டு விட்டாள். ரவிக்கும் ஏதும் தெரியாது. கடைசியில் கணேஷன் உயிர் ஆஸ்பத்திரியில் வருடம் 2006-ல் செப்டம்பர் மாதம் 27-ம் நாள் பிரிந்து விட்டது. கணேஷ் உயிர் பிரிந்த செய்தி கேட்டு வாசுகி அதிர்ச்சி அடைந்தாள். கண் கலங்கினாள்.

ஆஸ்பத்திரியில் கணேஷன் இறந்த உடலை பார்த்து விட்டு வாசுகி கதறினாள். இப்போது என்ன செய்வது என்றே தெரியவில்லை. வாசுகிக்கு அக்கம் பக்கத்தில் உள்ளவர்கள் தைரியம் சொல்லி சமாதானப்படுத்தினார்கள். உடனே வாசுகி அப்பா இறந்த செய்தியை மொபைல் மூலம் ரவிக்கு தெரியப்படுத்தினாள். ரவியும் இந்த துக்க செய்தி கேட்டு அதிர்ந்து போனான். தான் உடனே விமானத்தை பிடித்து வந்து விடுவதாகவும், வாசுகியை தைரியமாகவும் இருக்க சொன்னான்.

வாசுகி வீட்டிற்கு அக்கம் பக்கதில் உள்ளவர்களிடம் தகவல் சொல்லி அவர்கள் உதவியுடன் கணேஷ் உடலை வீட்டிற்கு

எடுத்து வந்து ஐஸ் பெட்டியில் ரவி வரும் வரை வைத்துவிட்டாள். ரவிக்கு சரியானபடி விமானம் கிடைக்காததால் அன்று சாயங்கால விமானத்தை பிடித்து சென்னை வந்து அங்கிருந்து ராக்போர்ட் எக்ஸ்பிரஸில் ஏறி திருச்சி விடியற்காலம் வந்து சேர்ந்தான். ரவிக்கு இதுதான் முதல் தடவை விமானம் மூலம் சென்னை வந்தது. பிறகு சுதாவும், பேரனும் ரயிலில் வந்தனர்.

ரவி கணேஷீன் உடல் பார்த்து விட்டு குலுங்கி குலுங்கி அழுதான். ரவி பிறகு தைரியத்தை வரவழைத்து கொண்டான். ரவி வாசுகியிடம் அமர்ந்து நான் உன்னை பார்த்துக் கொள்கிறேன். கவலைபடாதே என வாசுகிக்கு தைரியம் சொன்னான். வாசுகிக்கு அப்போது தன் மகன் ரவியாக தெரியவில்லை. கடவுள் போல் காட்சி அளித்தான். வாசுகிக்கு தைரியம் சொல்லிவிட்டு மேலே ஆக வேண்டிய காரியங்களை பார்க்க ஆரம்பித்தான்.

வாசுகி தம்பி மூர்த்திக்கும் கணேஷ் இறந்துபோன விஷயத்தை தெரியப்படுத்தினாள். தம்பி மூர்த்தியும் தன் மனைவியுடன் சென்னையிலிருந்து ராக்போர்ட் எக்ஸ்பிரஸில் வந்து விட்டார். ஆனால் தம்பி மூர்த்தியும், ரவியும் ஒருவரை ஒருவர் ரயிலில் சந்திக்க முடியவில்லை கணேஷீன் அலுவலக நண்பர்கள், தமிழ் அறிஞர்கள் அக்கம் பக்கம் உள்ளவர்கள் எல்லோரும் நிறைய மாலை அணிவித்தனர். கணேஷீன் நண்பர் ஒருவர் ஒரு கவிதையே இயற்றிவிட்டார். அனைவரும் திரளாக கூடி மலை மரியாதையோடு பிரியா விடை கொடுத்தனர்.

ரவி ஆறுதலாக வாசுகியுடன் இருந்தான். ரவி இருப்பது வாசுகிக்கு யானை பலமாக இருந்தது. கணேஷீன் எல்லா சடங்குகளும் முடிந்தவுடன் ரவி அம்மாவை அழைத்துக் கொண்டுபோய் பேமிலி பென்ஷனுக்கு ஏற்பாடு செய்தான். வாசுகிக்கு மெல்ல மெல்ல ஆறுதல் சொல்லிக் கொண்டிருந்தான். பிறகு வாசுகியை தன்னுடன் வருமாறு சொல்லி டெல்லிக்கு அழைத்துக் கொண்டு வந்தான். வாசுகியை இங்கு விட்டு விட்டு போனால் எப்பவும் கணேஷீன் நினைவாக இருப்பாள், தற்போது வாசுகிக்கு ஒரு மாற்றம் தேவை என ரவி மனதில் நினைத்தான்.

பிறகு வீட்டை பூட்டிவிட்டு வாசுகியை அழைத்துக் கொண்டு ரவி டெல்லிக்கு கிளம்பினான். இருவரும் டெல்லி வந்து வீட்டிற்கு வந்து சேர்ந்தனர். வாசுகி டெல்லி வந்துவிட்டாளே

தவிர எப்பவும் திருச்சி ஞாபகமாகவும், கணேஷ் நினைவாகவும் இருந்தது. ரவி கொடுத்த டியை குடித்தாள். பிறகு வாசுகிக்கு சாப்பிட பிடிக்கவில்லை. கணேஷ் வாசுகியுடன் உயிருடன் இருந்தவரை ஒன்றும் தெரியவில்லை. ஆனால் தற்போது வாசுகிக்கு உடம்பில் பாதி சக்தி போய் விட்டதாக தோன்றியது.

ரவி வாசுகிக்கு சாப்பாடு கொண்டு வந்து கொடுத்தான். வாசுகி ஏதோ பாதி வயிறு சாப்பிட்டு விட்டு போறும் என்று சொல்லி விட்டாள் அந்த சாப்பாட்டில் எந்தவித ருசியும் தெரியவில்லை. வாசுகிக்கு எந்த விஷயத்திலும் மனசு லயிக்கவில்லை. கணேஷ் கூட தன் உயிரும் போயிருக்க கூடாதா என ஏங்கினாள். யாரையும் பார்க்க பிடிக்கவில்லை தன் மகன் ரவியை தவிர.

வாசுகிக்கு உடல் நரம்புகள் ஒரு மாதிரி சுண்டி சுண்டி இழுத்தது. உடலில் ரத்த ஓட்டமே வேறுபட்டது போல் தோன்றியது. இரவு வந்தது. வாசுகி இரவில் இதுவரை தனியாக படுத்து தூங்கியதில்லை. கணேஷ் அருகாமையில் படுத்திக் கொண்டு ஏதாவது ஒரு விஷயம் பேசிக் கொண்டே தூங்கி விடுவார்கள். ஆனால் இப்போது என்ன செய்வது. ரவி அம்மா வாசுகியை மெல்ல தூங்க சொல்லிவிட்டு வேறு அறையில் சுதா பையனுடன் தூங்க சென்று விட்டான். கணேஷ் இறந்ததில் அனைத்து தாக்கமும், இழப்பும் வாசுகிக்கு ஏற்பட்டது போல் இருந்தது. சுதா இருந்தால் ரவிக்கு அவ்வளவு பாதிப்பு ஏற்பட்டதாக தெரியவில்லை.

வாசுகி படுத்தாள் ஆனால் தூக்கம் கொஞ்சம் கூட வரவில்லை. ரவி நடுவில் எழுந்து வந்து பார்த்தான் அம்மா தூங்கிவிட்டாளா என்று. வாசுகி தனிமையில் அமர்ந்து கொண்டு கவலைப்பட்டுக் கொண்டு தனக்கும் மரணம் சீக்கிரம் வரவேண்டும் என்று கடவுளை வேண்டிக் கொண்டிருந்தாள்.

ரவி உடனே அம்மா இப்படி இருந்தால் மன அழுத்தத்தில் போய் விடுவாள் என கருதி அம்மாவிடம் மெல்ல பேசி இரண்டு தூக்க மாத்திரைகளை போட சொன்னான். வாசுகியும் சம்மதித்து தூக்க மாத்திரைகளை போட்டு கொண்டு படுத்தாள். சற்று நேரத்தில் தன்னையும் அறியாமல் தூங்கி விட்டாள்.

காலை பொழுது விடிந்தது. ரவி அம்மாவை எழுப்பி சூடாக டி கொடுத்தான். டி சாப்பிட்டு விட்டு ரவி ஆறுதலாக வாசுகியிடம்

பேசிக் கொண்டிருந்தான். அப்பாவின் இழப்பை வாசுகியால் தாங்க முடியவில்லை. காலையில் வாசுகிக்கு சாப்பாடு கொடுத்து விட்டு ரவி மெல்ல அலுவலகம் கிளம்பினான்.

வாசுகியின் மனநிலை மிகவும் பாதிக்கப்பட்டிருந்தது. கணேஷ் போன பிறகு வாசுகிக்கு உலகமே வெறிச்சோடி போயிற்று. இது என்ன நிரந்திரமில்லாத வாழ்க்கை நாம் வாழ்ந்து கொண்டிருக்கிறோம் என தோன்றியது. வாசுகிக்கு எதுவுமே பிடிப்பு இல்லாமல் போய் விட்டது. கணேஷ் இல்லாமல் இனி வாழ போகும் ஒவ்வொரு நாளும் தண்டனையாக தோன்றியது. வாசுகி எனக்கு என்று ஒரு வீடு இருந்தது. கணேஷ் போன பிறகு அந்த வீடும் இல்லாமல் போய் விட்டது போல் உணர்ந்தாள். இனி இந்த உலகத்தில் யார் இருந்தால் என்ன போனால் என்ன என வாசுகி மனதில் நினைத்துக் கொண்டு அழுதாள். கணேஷ் இருந்தவரை வாழ்க்கையில் மன கஷ்டம் இல்லாமல் இருந்தேனே என வேதனை அடைந்தாள். பணம் கஷ்டமாக இருந்தாலும், அது தற்போது வாசுகிக்கு பெரிதாக தோன்றவில்லை. கணேஷ் இறந்து நாள் ஆக ஆக வாசுகிக்கு மனபாரம் அதிகரித்து கொண்டே இருந்தது. மேலும் இங்கு ரவியை தவிர பேசுவதற்கு யாரும் இல்லை. பாஷை வேறு தெரியாது. சுதா நல்ல மாட்டு பெண்ணாக இருந்தாலும் அவளிடம் போய் என்ன பேசுவது என்றே தெரியவில்லை. ரவி காலையில் அலுவலகம் போனால் சாயங்காலம் தான் வருகிறான். வாசுகிக்கு மனம் விட்டு பேச கூட பக்கத்தில் யாரும் இல்லை. வாசுகிக்கு பேச்சு துணைக்கு கூட ஒருவரும் இல்லாதது அவள் மன வேதனையை அதிகரித்து கொண்டிருந்தது.

வாசுகிக்கு மனபாரம் அதிகமாகி கொண்டே வந்தது. வாசுகி டெல்லி வந்து பத்து, பதினைந்து நாட்கள் ஆன பிறகு, ரவி ஆபிஸிலிருந்து வந்தவுடன் அவனை அழைத்து, தன்னை திருச்சிக்கு அனுப்பி வைக்கும்படி சொன்னாள். வாசுகி நான் திருச்சியில் இருந்தால் அக்கம் பக்கத்தில் பேச கொள்ள ஆட்கள் இருப்பார்கள். அது எனக்கு மன ஆறுதலை தரும் என சொன்னாள். மேலும் சில சமயங்களில் சுதா சப்பாத்தி செய்தால் அவளால் சாப்பிட முடியவில்லை என்றாள். ரவி டெல்லியின் சீதோஷ்ண கண்டிஷன் கடும் குளிர், அதிக வெயில் வாசுகியால் தாங்கமுடியாது என உணர்ந்தான்.

தனிமை

அம்மாவை திருச்சியில் தனியாக தங்க விடுவதும் ரவிக்கு வேதனையாக இருந்தது. இருப்பினும் வாசுகி திருச்சியில் தனியாக தங்கி இருந்தால், சாப்பாடு சமையல் செய்வது துணி தோய்ப்பது இதில் கொஞ்சம் பிஸியாக இருப்பாள் மற்றும் அக்கம் பக்கத்தில் பேச்சு துணையும் இருக்கும் என்றும் ரவி நினைத்தான். ஆகவே அம்மா சொல்வதும் சரிதான் என ஒத்துக் கொண்டான்.

இங்கு என்னிடம் இருப்பதை விட திருச்சியில் அம்மா இருப்பது அம்மாவிற்கு மனபாரம் கொஞ்சம் குறையும் என ரவி மனபூர்வமாக ஒத்துக்கொண்டான்.

ஆகவே ரவி அம்மாவிடம் கவலைபடாமல் இரு, ஒரிரு நாட்களில் நானே உன்னை திருச்சியில் கொண்டு வந்து விடுகிறேன். நீ திருச்சிக்கு தனியாக போக வேண்டாம் என்று சொன்னான். அதுபடியே அம்மாவை திருச்சியில் அழைத்துக் கொண்டு போய் விட்டு அம்மாவுடன் ஒருவாரம் தங்கினான். வாசுகி திருச்சி மண்ணை மிதித்தவுடன் முகத்தில் தனி மலர்ச்சி ஏற்பட்டது. ஏதோ தம் வீட்டிற்கு வந்து விட்டதை போல் இருந்தது. ரவி அம்மாவிற்கு கண்மணிபோல் பார்த்து பார்த்து செய்தாலும் கூண்டில் அகப்பட்ட கிளி போன்ற உணர்வுதான் வாசுகிக்கு டெல்லியில் தோன்றியது.

ரவி திருச்சிக்கு வந்ததும் முதல் காரியமாக தன்னுடைய அலுவலக செல்வாக்கை பயன்படுத்தி உடனே வீட்டில் அம்மாவிற்கு தொலைபேசி வாங்கி வைத்தான். அம்மா இனிமேல் தொடர்ந்து டெலிபோன் தொடர்பில் இருக்க வேண்டும் என நினைத்தான். மற்றபடி வீட்டிற்கு வேண்டிய சாமான்கள்

அனைத்தும் வாங்கி வைத்தான். அம்மாவிடம் நான் எப்பொழுதும் உன் பக்கத்தில் இருப்பது போல் நினைத்துக் கொள். எப்பொழுது தோனினாலும் என்னுடன் தொலைபேசியில் தொடர்பு கொள். நானும் அடிக்கடி போனில் பேசுகிறேன் என்றான். இத்தகைய ரவியின் செயலால் வாசுகிக்கு சந்தோஷமும் மன தைரியமும் ஏற்பட்டது.

மறுநாள் வாசுகி காலையில் எழுந்து தானே சமையல் செய்து ரவியும், வாசுகியும் சேர்ந்து சாப்பிட்டார்கள். அம்மாவிற்கு திருச்சியில் எல்லா செளகரியங்களையும் செய்துவிட்டு டெல்லிக்கு கிளம்பினான். ரவி கிளம்பும் போது உயிரே தன்னை விட்டு பிரிவது போல் உணர்வு ஏற்பட்டு வாசுகி குலுங்கி குலுங்கி அழுதாள். அம்மாவை இந்த நிலைமையில் தனியாக விட்டுவிட்டு போகிறோமே என நினைத்து ரவியும் குலுங்கி குலுங்கி அழுதான். ரவியும் அழுது கொண்டே கிளம்பி போனான்.

ரவி திருச்சிராப்பள்ளி ரயில் நிலையம் வந்தடைந்தான். ரயில் வர சற்று நேரம் இருந்தது. அப்போது ரவியின் மனநிலை எப்படி இருந்தது என்றால் ஒரு பச்சிளம் குழந்தையை வளர்க்க வழியில்லாத தாய் ரயிலில் உட்கார்த்தி வைத்து விட்டு இதோ தண்ணீர் பிடிக்கும் பாவனை செய்து அந்த குழந்தையிடமிருந்து தாயார் தப்பி ஓடுவது போல் இருந்தது. ரவிக்கு மிகவும் மனவேதனை அள்ளி பிடிங்கியது.

அம்மாவை டெல்லி அழைத்துக் கொண்டு போய் வைத்துக் கொள்ளலாம் என்றால் அம்மாவிற்கு குளிர் ஒத்துக் கொள்ளவில்லை, சுதாவை தவிர பேச்சு துணை யாரும் இல்லை. சாப்பாட்டில் சப்பாத்தி ஒத்துக் கொள்ள மாட்டேன் என்கிறது. ரவி ரயில் ஏறி மன வேதனையோடு டெல்லி சென்று தன் அலுவலகத்தில் சேர்ந்தான். அலுவலகத்தில் வேலை பார்க்கவே பிடிக்கவில்லை. எப்பொழுதும் ரவிக்கு அம்மா கவலையாகவே இருந்தது. காலை, மாலை இரு நேரமும் அம்மாவிடம் தொலைபேசியில் தொடர்பு கொண்டு அம்மாவிடம் ஆறுதலாக பேசிக் கொண்டு வந்தான். ரவி தொலைபேசியில் பேசுவது வாசுகிக்கு மிகவும் ஆறுதலாக இருந்தது.

வாசுகியின் அக்கம் பக்கத்தில் இருந்தவர்கள் வாசுகிக்கு ஆறுதல் சொல்லிக் கொண்டிருந்தனர். வாசுகிக்கு திருச்சியில்

தனியாக இருப்பதும். கஷ்டமாகத்தான் இருந்தது. ஆனால் டெல்லியில் இருப்பதற்கு இதுமேல் என நினைத்தாள். ஒரு ஆளுக்காக என்ன சமைப்பது என தடுமாறினாள். கணேஷ் இருந்தவரை இந்த கஷ்டம் இருந்ததில்லை. வாசுகி கணவனை இழந்தால் யாரும் சமையல் வேலைக்கு கூப்பிடுவதில்லை. ஆனால் பணத்திற்கு எந்த பாதிப்பும் இல்லை. தனக்கு வரும் பென்ஷன் பணமே போதுமானதாக இருந்தது.

வாசுகிக்கு பென்ஷன் வாங்க வங்கி செல்வது, சாமான்கள் வாங்க கடைக்கு செல்வது, அக்கம் பக்கத்தில் பேசிக் கொண்டிருப்பது இப்படியாக பொழுதை கழித்து கொண்டிருந்தாள். ரவி காலை, மாலை தொடர்ந்து தொலைபேசியில் அம்மாவுடன் பேசிக் கொண்டிருந்தான். அம்மா வாசுகிக்கு வரும் சின்ன சின்ன பிரச்சனைகளை ரவி திருச்சியில் உள்ள நண்பர்கள் மூலம் தீர்த்து வைத்துக் கொண்டிருந்தான். வாசுகி பென்ஷன் வாங்கி வாடகை கொடுத்து, சாமான்கள் வாங்கி முடிந்தவரை ரவிக்கு சிரமம் கொடுக்கக்கூடாது என நினைத்தாள். வாசுகிக்கு இரவில் தூங்கும்போது மட்டும் நான் இப்போது தனியாக படுத்துக் கொள்ள வேண்டியிருக்கிறதே என வேதனை பட்டாள். ஆனால் டெல்லி போனாலும் ரவி தன்னை தனியாக தானே படுக்க வைக்கிறான் என நினைத்து தனக்கு தானே மனதை தேற்றிக் கொண்டாள்.

மெதுவாக நாட்கள் நகரத் தொடங்கின. இரண்டு, மூன்று மாதங்களுக்கு பிறகு ரவி டெல்லியிலிருந்து புறப்பட்டு வாசுகியை திருச்சிக்கு பார்க்க வந்தான். ரவி வாசுகியிடம் எந்த தகவலும் சொல்லாமல் புறப்பட்டு திடிரென்று வந்ததால் வாசுகிக்கு அளவுக்கு அதிகமான ஆச்சரியத்தையும் சந்தோஷத்தையும் கொடுத்தது. வாசுகிக்கு தற்போது சமையல் செய்யவும் உற்சாகம் வந்தது. வாசுகி அன்புடன் ரவியை அணைத்து கட்டிக் கொண்டாள்.

ரவி அம்மாவுடன் ஒரு வாரம் தங்கினான். இந்த ஒரு வாரத்தில் அம்மாவிற்கு வேண்டிய அனைத்தையும் வாங்கிக் கொடுத்தான். வாசுகியும் மகன் வந்த சந்தோஷத்தில் உற்சாகமாக இருந்தாள். இந்த சமயத்தில் ரவியிடம் தன் ஒரு கண்பார்வை சரியாக தெரியவில்லை எனவும் கண் வலிப்பதாகவும் சொன்னாள். ரவி மறுநாள் அம்மாவை அழைத்துக் கொண்டு

கண் மருத்துவரிடம் சென்றான். கண் மருத்துவரும் வாசுகியின் கண்ணை பரிசோதித்து விட்டு. கண்ணை உடனே ஆபரேஷன் செய்து கண்ணில் ஏற்பட்டுள்ள திரையை அகற்ற வேண்டும் இல்லையேல் அது வெடித்து கண்ணிலிருந்து இரத்தம் வர வாய்ப்புள்ளது என்றார்.

ரவியும் சற்றும் தாமதிக்காமல் அம்மாவிற்கு கண் ஆப்ரேஷன் செய்ய வேண்டுகோள் விடுத்தான். இதை வாசுகி சற்றும் எதிர்பார்க்கவில்லை. வாசுகியை கண் மருத்துவர் உடனே ஆபரேஷன் டேபிளுக்கு அழைத்து போய் ஆபரேஷன் செய்து விட்டார். ஆபரேஷன் முடிந்து ஓரிரு மணிநேரம் ஆஸ்பத்திரிலேயே இருந்தனர். பிறகு அம்மாவை பத்திரமாக வீட்டிற்கு அழைத்துக் கொண்டு வந்தான். அவ்வப்போது அம்மாவிற்கு கண்ணில் மருந்து போட்டு ஜாக்கிரதையாக பார்த்துக் கொண்டான்.

ரவி தனக்கும், அம்மாவிற்கும் பத்து நாட்கள் வெளியில் சாப்பாடு ஏற்பாடு செய்து அம்மாவை ஜாக்கிரதையாக பார்த்து கொண்டான். வேளா வேளைக்கு கண்ணுக்கு மருந்து போட்டு வந்தான். பத்து நாட்களுக்கு பிறகு வாசுகியின் கண் கட்டை அவிழ்த்தார்கள். தற்போது வாசுகியின் கண் பளிச்சென்று தெரிந்தது.

அம்மாவின் கண் ஆபரேஷன் நல்லபடியாக முடிந்தவுடன் ரவி மீண்டும் டெல்லி புறப்பட ஆயத்தமானான். அம்மாவிற்கு ரவியிடம் என்ன கொடுத்து வழியனுப்புவது என்றே புரியவில்லை. இருப்பினும் கொஞ்சம் மைசூர்பாகு ரவிக்கு மிகவும் பிடித்தது ஆசையாக செய்து கொடுத்தாள். அது ரவியின் கண்ணுக்கு அம்மா கொடுத்த மைசூர்பாகு போல் தெரியவில்லை. அவளுடைய உள்ளன்பு, பாசமாக தெரிந்தது.

வாசுகிக்கு இருப்பினும் மனசு நிறைவாக இல்லை. வீட்டில் இருந்த துவரம் பருப்பு, புளி, சீரகம், மிளகு ஆகியவற்றையும் சேர்த்து கொடுத்தாள். ரவி இதெல்லாம் வேண்டாம் அங்கு டெல்லியில் நான் வாங்கிக் கொள்கிறேன். நீ வீட்டு உபயோகத்திற்கு வைத்துக் கொள் என்றான். ஆனால் வாசுகியின் மனநிலை இதையெல்லாம் ரவிக்கு கொடுத்தே ஆகவேண்டும் என இருந்தது. ரவி எவ்வளவு வற்புறுத்தியும் வாசுகி கேட்பதாக

இல்லை. சற்றுநேரம் கழித்து இதெல்லாம் சாமான்களாக பார்க்காதே, அம்மாவின் அன்பாக பார் என ரவியின் மனம் எண்ணியது. மேலும் அம்மா அன்புடன் கொடுக்கும் போது மீண்டும் மீண்டும் மறுப்பது நல்லது அல்ல என ரவிக்கு தோன்றியது. தற்போது டெல்லி வரை இதையெல்லாம் சுமந்து செல்வது என்பது அம்மாவின் அன்பை பெற்றுக் கொண்டு போவது போல் இருந்தது.

ரவி காலையில் குளித்து விட்டு டெல்லி புறப்பட தயாரானான். ஸ்டேஷன் வரை செல்ல வீட்டுவாசலில் ஆட்டோ வந்து நின்றது. ரவி தன்னுடன் இருக்கும் வரை வாசுகிக்கு யானை பலமாக இருந்தது. ரவி சற்று நேரத்தில் டெல்லி கிளம்பி விடுவான் என்ற நினைப்பு வந்ததும், நெஞ்சே நின்று போய்விடும் அளவுக்கு துன்பமாக இருந்தது. இருப்பினும், ரவியும் என்ன செய்வான் வேலைக்கு போய் தானே ஆக வேண்டும் என தனக்கு தானே சமாதானம் செய்து கொண்டாள்.

கணேஷூம் இப்போது உயிரோடு இல்லை. ரவியும் கிளம்பி போகிறான். இந்த பரந்த உலகத்தில் தான் தனியாக விடபட்டோமே என அளவுக்கடந்த வேதனை அடைந்தாள். வாசுகியின் கண்கள் கலங்க ஆரம்பித்தது. அம்மா கண்கள் கலங்கியதை பார்த்து ரவியும் கண் கலங்கினான். ரவிக்கும் அம்மாவை தனியாக விட்டுவிட்டு போவதில் சற்றுகூட மனம் இல்லை ஆனால் சூழ்நிலை ரவிக்கு மீறியதாக இருந்தது. வாசுகியால் ஸ்டேஷன் வரை வந்து ரவியை வழியனுப்ப முடியவில்லை. வீட்டுவாசல் வரை வந்து ஆட்டோவில் ஏற்றிவிட்டு கலங்கிய கண்களோடு வழி அனுப்பினாள்.

தெய்வமாகிய தாய்

ரவியும் அம்மாவை இப்படி தனியாக விடக்கூடாது, ஏதாவது செய்ய வேண்டும் என யோஜனை செய்தான். ரவி தொடர்ந்து அம்மாவுடன் டெலிபோன் தொடர்பில் இருந்தாலும், யாராவது பக்கத்தில் இருக்க வேண்டும் என நினைத்தான். நல் வாய்ப்பாக ரவியின் பையன் மகேஷ் 12-ஆம் வகுப்பு படித்து முடித்து மேல் படிப்புக்காக தயாரானான். இதுதான் மிகவும் நல் வாய்ப்பு என நினைத்து சுதாவிடம் மெல்ல பேசி அவள் சம்மதத்துடன் மகேஷை மேல்படிப்புக்காக திருச்சி பொறியியல் கல்லூரியில் சேர்த்து விட்டான்.

ரவி மீண்டும் திருச்சிக்கு வந்து தன் மகனை பொறியியல் கல்லூரியில் சேர்த்துவிட்டு வாசுகிக்கு ஒரு துணை ஏற்பாடு செய்தான். ரவியின் மகன் மகேஷ் தன்னுடன் தங்கி பொறியியல் கல்லூரியில் படிக்க போகிறான் என்றதும் வாசுகிக்கு கொஞ்சம் நிம்மதியாகவும் சந்தோஷமாகவும் இருந்தது. ரவியின் மகன் குறைந்தது நான்கு வருடங்கள் தன்னுடன் இருப்பான் என்றதும் வாசுகிக்கு மிகவும் மன தெம்பு ஏற்பட்டது. வாசுகி தான் தனிமையாக விடபட்டோம் என்ற மனகவலை பறந்தது. கணேஷ் இறந்து விட்டார் என்ற மனபாரம் கொஞ்சம் குறைந்தது.

தற்போது வாசுகி பேரன் தன்னுடன் இருப்பதை மிகவும் பெருமையாக நினைத்தாள். தனக்கு என்று இல்லையென்றாலும் பேரனுக்காக சமையல் பண்ணவேண்டிய கட்டாய சூழ்நிலையில் வாசுகி இருந்தாள். தற்போது வாசுகி உற்சாகமாக சமைத்து பேரனுக்கும் கொடுத்து தானும் சாப்பிட ஆரம்பித்தாள். மகேஷும் பாட்டியுடன் அன்போடு இருந்தான். பாட்டிக்கு சின்ன சின்ன தேவையான வேலைகளை செய்து கொடுத்தான்.

வாசுகிக்கு இரவில் ஏற்பட்ட தனிமை என்ற கொடுமை மிகவும் குறைந்தது. ரவி அடிக்கடி தொலைபேசியில் தன் மகனோடும் அம்மாவிடமும் பேசி ஆறுதல் சொன்னான். வாசுகிக்கு தற்போது மிகவும் மன நிறைவாக இருந்தது. சுதாவும் தன் மகனுடன் பேசுவாள்.

ரவிக்கும் தற்போது மனகவலை குறைந்தது. அம்மாவை தனியாக விட்டு விட்டோம் என்ற கவலை ரவிக்கு இல்லை. ரவி ஆறு மாதங்களுக்கு ஒருமுறை அம்மாவையும், மகன் மகேஷையும் பார்க்க வந்துவிட்டு, தேவையான அனைத்து சௌகரியங்களையும் செய்துவிட்டு சென்றான்.

காலம் மெல்ல நகர்ந்து கொண்டிருந்தது. ரவியின் மகன் மகேஷ் பாட்டியுடன் இருந்து கொண்டு சமத்தாக படித்துக் கொண்டிருந்தான். ரவியும் சுதாவும் அடிக்கடி வந்து மகனையும், அம்மாவையும் பார்த்துக் கொண்டிருந்தனர். சுதாவிற்கும் மகனை பிரிந்து இருப்பதில் வேதனை இருக்கத்தான் செய்தது. ஆனால் மகன் பொறியியல் கல்லூரியில் படிப்பதை நினைத்து பெருமிதம் அடைந்தாள்.

வாசுகி தன் மகன் ரவி தனக்கு செய்த சேவைகளை நினைத்து நினைத்து பெருமை பட்டாள். தனக்கு வயிறு ஆப்ரேஷன் செய்து விட்டது, கண் ஆப்ரேஷன் செய்து விட்டது. தன் மகன் மகேஷை தன்னுடன் தங்க வைத்து படிக்க வைப்பது. வாசுகிக்கு ரவியை நினைத்து அளவு கடந்த பெருமையாக இருந்தது. ரவி செய்த ஒரே மனகசப்பு தங்களுக்கு விருப்பம் இல்லாமல் சுதாவை காதலித்து திருமணம் செய்தது. ஆனால் தற்போது ரவி தனக்கு செய்த அவ்வளவு பரோபாரங்கள் ரவியின் குற்றத்தை மன்னிக்க செய்தது. இதுதான் ரவிக்கும் பிராயசித்தம்.

வாசுகி ரவி தனக்கு செய்த பரோபகாரங்களை நினைத்து ரவிக்கு மகாபாரத கர்ணனைபோல் அனைத்தும் தர வேண்டும் என்ற அதிக விருப்பம் காட்டினாள்.

ஆகவே, ரவி ஒவ்வொரு முறை வரும்போது எல்லாம் நிறைய துவரம் பருப்பு, நெய், புளி அனைத்து வீட்டு சாமான்களையும் வாங்கி கொடுத்தாள். அது இல்லாமல் ரவியின் வங்கி கணக்கிலும் முடிந்தவரை பணம் போட்டாள். தன்னிடம் எதுவும் வைத்துக் கொள்ள ஆசைபடுவதில்லை. ரவியும் அது

அம்மாவின் அன்பு பாசம் என நினைத்து டெல்லிவரை சுமந்து சென்றான்.

வாசுகியிடம் அக்கம் பக்கத்தில் உள்ளவர்கள் கூட கேட்டார்கள். அதையே ரவியிடமும் கேட்டார்கள். இதையெல்லாம் திருச்சியிலிருந்து டெல்லிவரை சுமக்கிறாயே இதெல்லாம் டெல்லியில் கிடைக்காதா என்று. ரவி அவர்களிடம் இதெல்லாம் உங்களுக்கு சாமான்களாக தெரிகிறது. ஆனால் இதெல்லாம் அம்மாவின் அளவுகடந்த அன்பு பாசமாக எனக்கு தெரிகிறது. நான் சாமான்களை சுமக்கவில்லை. அம்மாவின் அன்பு, பாசத்தை சுமந்து கொண்டு போகிறேன் என பதில் அளித்தான்.

காலம் கடந்து கொண்டிருந்தது. மகேஷூன் பொறியியல் கல்லூரி படிப்பும் முடிந்து விட்டது. ரவியின் மகன் மகேஷ் தற்போது டெல்லி திரும்ப வேண்டிய நிலைமை ஏற்பட்டது. வாசுகியும் நிலைமை அனுசரித்து மகேஷை கலங்கிய கண்களோடு டெல்லி அனுப்பி வைத்தாள்.

மீண்டும் வாசுகி தனியாக இருக்க வேண்டிய சூழ்நிலை ஏற்பட்டது. உற்சாகம் போய்விட்டது. இன்னும் ஏன் இந்த உலகத்தில் இருக்கிறோம், உயிர் பிரிய மாட்டேன் என்கிறதே என தினசரி வேதனையில் ஆழ்ந்தாள். இரவு தனியாக படுத்தால் தூக்கம் வரமாட்டேன் என்கிறது. இரவு பூரா தூக்கம் வராமல் வேதனையில் நாட்களை கழித்துக் கொண்டு வந்தாள்.

வாசுகிக்கு பழையபடி சமையல் செய்வது பிடிக்கவில்லை. ஒரு ஆளுக்காக என்ன சமைப்பது என்ற சிந்தனையில் பாதி நாட்கள் அரையும் குறையுமாக சமைத்துக் கொண்டிருந்தாள். தம்பி மூர்த்தியும் அக்காவின் இந்த நிலைமை குறித்து வேதனை அடைந்தார். அவர் சென்னையில் இருந்ததால் அடிக்கடி திருச்சி வந்து அக்காவை பார்க்க வந்து ஆறுதலாக பேசி அவரும் அக்காவிற்கு வேண்டிய உதவிகளை செய்து வந்தார். அக்கம் பக்கத்தில் இருந்தவர்களும் பகல் நேரத்தில் வாசுகியிடம் உட்கார்ந்து பேசிக்கொண்டு அவர்கள் வீட்டில் செய்த உணவுகளை அவ்வப்பொழுது கொடுத்துக் கொண்டிருந்தனர்.

இரண்டு, மூன்று மாதங்களுக்கு பிறகு ரவியும், சுதாவும் அம்மாவை பார்க்க வந்தார்கள். அவர்கள் இருவரும் வந்தது

வாசுகிக்கு அவ்வளவு சந்தோஷமாக இருந்தது. சுதா வாசுகிக்கு பிடித்தது போல் சமைத்து போட்டாள். இந்த தடவை ரவி சுதா இருவரும் வாசுகியை அழைத்துக் கொண்டு இராமேஸ்வரம் சென்றார்கள். வாசுகிக்கு இப்படி விட்டை விட்டு தெய்வஸ்தலம் செல்வது மனதுக்கு பாரம் குறைந்தது போல் உள்ளது.

தற்போது கணேஷ் இறந்து ஆறு வருடங்கள் ஆகிவிட்டது. கணேஷன் நினைவுகள் ஓடி கொண்டிருந்தாலும், தாக்கம் கொஞ்சம் கம்மியாக இருந்தது வாசுகிக்கு. ரவி வருடாவருடம் ஜூன் மாதம் வாசுகி உயிருடன் இருக்கும் சர்ட்டிபிகேட்டை தவறாமல் வந்து கொடுத்துக் கொண்டிருந்தான். ஆகவே வாசுகிக்கு பென்ஷன் தவறாமல் வந்து கொண்டிருந்தது.

ரவியும், சுதாவும் வாசுகியை இராமேஸ்வரம் அழைத்து கொண்டு போய் விட்டு திருச்சி வந்தனர். இரண்டு, மூன்று நாட்கள் வாசுகியுடன் தங்கி விட்டு மீண்டும் டெல்லி கிளம்பினார்கள். வாசுகி வழக்கம் போல் கலங்கிய கண்களோடு வழி அனுப்பி வைத்தாள்.

நாட்கள் மெல்ல மெல்ல நகர்ந்தன. இரண்டு, மூன்று மாதங்கள் கழித்து, வாசுகி சமையல் அறைக்கு வேகமாக சென்றாள். ஆனால் தன்னுடைய சேலையில் கால் தடுக்கி படார் என்று கீழே விழுந்தாள். வாசுகி விழுந்த வேகத்தில் கால் தொடை எலும்பு முறிந்து விட்டது. கீழே விழுந்த வாசுகியால் எழுந்து கொள்ள முடியவில்லை. உடனே வலியால் வேகமாக கூச்சலிட்டாள். வாசுகி போட்ட கூச்சலில் அக்கம் பக்கத்தில் உள்ளவர்கள் திரண்டு வந்து வாசுகியை பார்த்தார்கள்.

வாசுகியின் நிலைமையை பார்த்து விட்டு வாசுகிக்கு கால் எலும்பு முறிவு ஏற்பட்டுள்ளது என புரிந்து கொண்டனர். உடனே பக்கத்தில் உள்ள ஆஸ்பத்திரிக்கு போன் செய்து ஆம்புலன்ஸ் வரவழைத்து ஆஸ்பத்திரி எடுத்து சென்றனர். ஆஸ்பத்திரியில் எக்ஸ்ரே எடுத்து பார்த்து விட்டு எலும்பு முறிவு ஏற்பட்டுள்ளதாகவும், உடனே ஆப்ரேஷன் செய்ய வேண்டும் என அறிவுரை சொன்னார்கள். அக்கம் பக்கத்தில் இருந்தவர்கள் வாசுகியை ஆஸ்பத்திரியில் சேர்த்து விட்டு, உடனே ரவிக்கு தகவலை சொல்லி, புறப்பட்டு வர சொன்னார்கள்.

ரவி அம்மா கீழே விழுந்து எலும்பு முறிவு சமாசாரம் கேள்விபட்டு பதறி போய்விட்டான். உயிரே போனதுபோல் இருந்தது. உடனே ஆபிஸில் விடுமுறை பெற்றுக் கொண்டு மறு விமானத்தை பிடித்து திருச்சி வந்து சேர்ந்தான். ரவி ஆஸ்பத்திரியில் படுத்து கிடக்கும் அம்மாவின் நிலைமையை பார்த்து கண்ணீர் விட்டான்.

பிறகு ரவி எலும்பு முறிவு டாக்டரை சந்தித்து அம்மாவிற்கு சிறந்த டிரீட்மெண்ட் தர சொல்லி வேண்டுகோள் விடுத்தான். டாக்டர் வாசுகியின் எலும்புகள் மிகவும் பலவீனமாக இருப்பதாகவும், உள்ளே இரும்பு பிளேட் வைத்து ஆபரேஷன் செய்ய வேண்டும் என்றும், கொஞ்சம் பணம் அதிகம் செலவு செய்ய வேண்டியிருக்கும் என்று சொன்னார்.

ரவியும் தற்போது தான் நல்ல நிலைமையில் இருப்பதாகவும், பணத்தை பற்றி கவலை பட வேண்டாம் என்றும் மிக சிறந்த மருத்துவம் செய்யவும் வேண்டுகோள் விடுத்தான். டாக்டரும் புன்சிரிப்போடு மிக சிறப்பாக ஆபரேஷன் செய்வதாக சொன்னார். டாக்டரை சந்தித்து பேசிய பிறகு அம்மாவிடம் அமர்ந்து நான் வந்து விட்டேன். ஆகவே கவலை படாமல் இருக்கும்படி சொல்லி தைரியம் சொன்னான்.

மறுநாள் பொழுது விடிந்தது. வாசுகியை ஆபரேஷன் தியேட்டருக்கு அழைத்து சென்றனர். ரவி வேதனையுடன் ஆபரேஷன் தியேட்டருக்கு வெளியில் அமர்ந்து கொண்டு சுதாவிற்கு அடிக்கடி தகவல் கொடுத்துக் கொண்டிருந்தான். மூன்று மணிநேரம் கழித்து வாசுகியை ஆபரேஷன் தியேட்டரிலிருந்து வெளியே கொண்டு வந்தனர். வாசுகி மயக்க நிலையில் இருந்தாள். ஆபரேஷன் செய்த டாக்டர் ரவியை பார்த்து ஆபரேஷன் நல்ல படியாக முடிந்து விட்டதாகவும், ஒரிரு நாட்களில் டிஸ்சார்ஜ் செய்து விடுகிறேன் என்றும் ஆறுதலாக சொன்னார். ரவிக்கு தற்போது மன நிம்மதியாக இருந்தது.

வாசுகிக்கு ஒரிரு நாட்கள் ஆஸ்பத்திரியில் நல்ல மருத்துவ சிகிச்சை நடந்து கொண்டிருந்தது. ஆனால் வாசுகி தன் நிலைமையை நினைத்து உள்ளுக்குள் மனம் உடைந்து போனாள். இருப்பினும் ரவி இருப்பது மிகவும் மன தெம்பாகவும் இருந்தது. பிறகு டாக்டர் வாசுகியை டிஸ்சார்ஜ் செய்துவிட்டு இனி வாசுகி

வாக்கர் உதவியுடன் தான் நடக்க வேண்டும். எலும்புகள் மிகவும் பலஹீனமாக இருப்பதாகவும், மீண்டும் வாசுகி கீழே விழுந்தால் உயிர் பிழைப்பது கஷ்டம் என சொல்லி ரவியிடம் அம்மாவை ஜாக்கிரதையாக பார்த்துக் கொள்ளும்படி சொன்னார்.

ரவி அம்மாவை ஆஸ்பத்திரி ஆம்புலென்ஸ் ஏற்பாடு செய்து வீட்டிற்கு அழைத்துக் கொண்டு வந்து சேர்த்தான். தற்போது வாசுகிக்கு எழுந்து போய் டாய்லெட் போக முடியாத நிலையாக ஆகிவிட்டது. ரவி அம்மாவின் நிலைமையை புரிந்து கொண்டு அம்மாவிற்கு டைபர் வாங்கி அணிவித்து படுக்க வைக்கும் நிலமை ஆகி விட்டது.

இனி வாசுகியால் எழுந்து போய் சமையல் செய்ய முடியாத நிலமையாகிவிட்டது. ஆகவே, நான்கு ஐந்து நாட்கள் ஹோட்டலிலிருந்து சாப்பாடு ஏற்பாடு செய்தான். இந்த நான்கு, ஐந்து நாட்களும் அம்மாவை குளிப்பாட்டி எல்லா உதவியும் செய்தான். அம்மா வயதாகிவிட்டாலும் ரவி முன்னால் குளிக்க மிகவும் சங்கட பட்டாள். ஆகவே ரவி அம்மாவின் நிலைமையை புரிந்து கொண்டு ஒரு பெண் உதவியாளரை அம்மாவிற்காக முழு நேரமாக ஏற்பாடு செய்தான். அந்த பெண் உதவியாளர் அம்மாவிற்கு டைபர் மாற்றுவது, வேளா வேலைக்கு சமையல் செய்து கொடுப்பது, எல்லா வேலைகளையும் செய்யுமாறு முழுநேர துணையாக இருப்பது என ஏற்பாடு செய்து விட்டு டெல்லி கிளம்பி சென்றான்.

ரவி ஏற்பாடு செய்து இருந்த பெண் உதவியாளர் மிகவும் பொறுப்பாக வாசுகியை பார்த்துக் கொண்டிருந்தாள். வேளாவேளைக்கு டைபர் மாற்றுவது, சமையல் செய்து கொடுப்பது தலைவாரி பின்னி விடுவது. அப்ப அப்ப காய்கறிகள் வாங்க கடைக்கு போவது எல்லா வேலைகளும் செய்துகொண்டு தன் அம்மாவை பார்த்துக் கொள்வது போல் பார்த்துக் கொண்டாள்.

ரவி ஏற்பாடு செய்த பெண் உதவியாளர் முழுநேரமும் வாசுகியுடன் இருந்ததால் நல்ல பேச்சு துணையாகவும், தான் தனிமையாக விடபட்டோம் என்ற கவலையும் இல்லாமல் இருந்தது. ரவியும் கவலைபடாமல் டெல்லியில் வேலை பார்த்துக் கொண்டிருந்தான். அதோடு இல்லாமல் காலை, மாலை

இருவேளையும் டெலிபோனில் பேசிக் கொண்டு அம்மாவிற்கு தைரியம் சொல்லிக் கொண்டிருந்தான்.

ரவி அக்கம் பக்கத்து உதவியுடன் அம்மாவிற்கு பென்ஷன் மாதா மாதம் தவறாமல் கைக்கு வருமாறு ஏற்பாடு செய்திருந்தான். வீட்டில் எந்த சாமான்களுக்கும் தட்டுபாடு இல்லாமலும், டைபர் எதுவும் குறையில்லாமல் பார்த்துக் கொண்டிருந்தான்.

ரவி மூன்று மாதங்களுக்கு ஒரு முறை தவறாமல் அம்மாவை பார்க்க வந்து வீட்டிற்கு வேண்டிய எல்லா செளகரியங்களையும் செய்து வந்தான். ரவி ஊருக்கு அம்மாவை பார்க்க வரும்போது எல்லாம் அடிக்கடி ஹோட்டலிலிருந்து பிடித்த உணவு வகைகளை வாங்கிக் கொடுத்து எவ்வளவு சந்தோஷமாக வைத்துக் கொள்ள முடியுமோ அவ்வளவு சந்தோஷமாக வைத்துக் கொண்டான். அம்மாவிற்கு பிடித்த விதவிதமான இனிப்பு வகைகள், காய்கறிகள் அனைத்தையும் வாங்கி ஆசை தீர கொடுத்தான்.

ரவி திருச்சிக்கு வந்தாலே தினம் தீபாவளிதான். அம்மா வயிறு நிறைய சாப்பிட வேண்டும் என்று விதவிதமாக வாங்கி கொடுப்பான். முக்கியமாக அம்மா தனிமையில் இருப்பதாக நினைவு வராமலும், அம்மா எதுக்கும் ஏங்கி கண்ணீர் வராமலும் கவனமாக பார்த்துக் கொண்டான்.

அப்படி இருப்பினும் ரவி தன்னை விட்டு பிரிந்து போய் விடக்கூடாது என்ற எண்ணம் வாசுகிக்கு இருக்கத்தான் செய்தது. ரவி இருக்கும் வரை சந்தோஷமாக இருந்தாள். ரவி டெல்லிக்கு பையை தூக்கியதும் கண் கலங்கி கொண்டிருந்தாள்.

வாசுகிக்கு எவ்வளவு ஆசையாக ரவி வெளியிலிருந்து வாய்க்கு பிடித்த சாப்பாடு வாங்கி கொடுத்த போதிலும், வாசுகி ரவியிடம், அப்போ பசி நிறைய இருந்தது, ஆனால் வாங்கி சாப்பிட காசு இல்லை. ஆனால் இப்போ வாங்கி சாப்பிட காசு நிறைய இருக்கிறது. ஆனால் சாப்பிட வயிறுதான் இல்லை என்று சொல்லி பெருமூச்சு விட்டாள். அப்போ ஒரு புடவைக்காக அத்தையிடம் அழுதேன், ஆனால் என் பிள்ளை ரவி இன்று புடவை கடையையே வாங்கி கொண்டு வந்து கொடுத்து விடுவான். அதை உடுத்தும் அளவுக்கு உடம்பும் போய் விட்டது

என்று வேதனை அடைந்தாள். காலம் எப்படி மாறி விட்டது என மனதில் பலவித எண்ணங்கள் வாசுகியின் மனதில் ஓடிக் கொண்டிருந்தது.

இப்படியாக இருக்கும் பொழுது வாசுகிக்கு திடீரென்று ஒவ்வொரு ஐந்து ரூபாய் நாணயங்களை பார்க்கும்பொழுது அதில் ரவியின் முகம் தெரிவது போல் இருந்தது. வாசுகி ஆகவே ஒவ்வொரு ஐந்து ரூபாய் நாணயங்களை தனியாக பிரித்து சேர்க்க ஆரம்பித்தாள். ரவி அடுத்தமுறை வரும்போது நிறைய ஐந்து ரூபாய் நாணயங்களை ரவிக்கு அள்ளி தரவேண்டும் என ஆசைப்பட்டு அதுபோல் சேர்க்க ஆரம்பித்தாள்.

வாசுகிக்கு ரவியின் மேல் உள்ள அன்பும், பாசமும் அளவு கடந்து போய் விட்டது. அதற்கு ஒரு எல்லையே இல்லாமல் போய்விட்டது. வாசுகி ஐந்து ரூபாய் நாணயங்களை சேகரிப்பது மட்டும் அல்லாமல் துவரம் பருப்பு, அரிசி வத்தல், புளி, பியர்ஸ் சோப்பு, பெப்ஸடன்ட் டூத்பேஸ்ட் புளி எது அவள் மனசுக்கு என்ன படுகிறதோ அத்தனையும் ரவிக்காக சேர்க்க ஆரம்பித்து விட்டாள்.

மூன்று மாதங்களுக்கு பிறகு ரவி வழக்கம்போல் அம்மாவை பார்க்க வந்தான். அம்மாவிற்கு பிடித்ததெல்லாம் வாங்கி கொடுத்தான். ரவி வந்ததும் வாசுகி ஒரு நூறு ஐந்து ரூபாய் நாணயங்களை அவன் கையில் கொடுத்து மகிழ்ந்தாள். வாசுகியின் இந்த செயலை பார்த்து ரவி அதிர்ந்து போனான். ரவி ஒரு வாரம் தங்கிவிட்டு டெல்லிக்கு புறப்படும் போது அனைத்து சாமான்களையும், ஐந்து ரூபாய் நாணயங்களையும் கொடுத்து வழி அனுப்பினாள். தற்போது வாசுகியால் வாசல் வரை கூட வர முடியவில்லை. கட்டிலில் உட்கார்ந்தபடியே அன்புடன் ரவியின் நெற்றியில் திருநீறு இட்டு கலங்கிய கண்களோடு வழி அனுப்பினாள்.

வாசுகி பெண் உதவியாளர் உதவியுடன் காலத்தை கடத்தி வந்தாள். கணேஷ் இறந்து இப்போது 13 வருடங்கள் ஆகிவிட்டது. வாசுகிக்கும் தற்போது வயது 85 வயதாகிவிட்டது. வாசுகியால் நடக்கவே முடியவில்லை. கொஞ்ச தூரம் வாக்கர் உதவியுடன் சற்று நடந்து கொடுத்துக் கொண்டிருந்தாள். வாசுகிக்கு வீட்டிற்குள்ளேயே அடங்கி இருக்க வேண்டிய

நிலமை ஆகிவிட்டது. வாசுகி இந்த கால் எவ்வளவு தூரம் நடந்திருக்கும் என நினைத்து பெருமூச்சு அடைந்தாள். வாசுகி வெளி உலகத்தை பார்த்து மூன்று வருடங்கள் ஆகிவிட்டது.

ரவி தற்போது அரசாங்க பணியிலிருந்து ஓய்வு பெற்றான். இனி ரவியின் வேலை அம்மாவை பார்த்துக் கொள்ள வேண்டியது தான். ரவி மூன்று மாதங்களுக்கு ஒருமுறை வந்து அம்மாவை பார்த்துக் கொண்டு தேவையான பணிகளை செய்து கொண்டிருந்தான்.

வாசுகிக்கு ஜூன் மாதம் உயிருடன் இருக்கும் சான்றிதழ் கொடுக்க நேரிட்டது. இந்த சான்றிதழ் கொடுத்தால் தான் வாசுகிக்கு பென்ஷன் வரும். ரவி வாசுகியின் உயிருடன் இருக்கும் சான்றிதழ் கொடுக்க வேண்டியதை முன்னிட்டு டெல்லியிலிருந்து புறப்பட்டு வந்தான். ஜூன் மாதமும் பிறந்தது.

இந்த சான்றிதழ் ஜூன் மாதம் 1-ந் தேதி முதல் 30 தேதிக்குள் கொடுக்கலாம். இன்னும் நிறைய நாட்கள் இருக்கிறதே ஆகவே அடுத்த வாரம் மெல்ல சான்றிதழ் கொடுத்துக் கொள்ளலாம் என சாவகாசமாக இருந்தான்.

இதற்கிடையில் வாசுகி ஒரு நாள் இரவு தூங்கும் போது கட்டிலிலிருந்து பிரண்டு தொப்பென்று கீழே விழுந்தாள். வாசுகி கீழே விழுந்த சத்தம் கேட்டு அலறி அடித்துக் கொண்டு பெண் உதவியாளர் எழுந்தாள். பிறகு ரவியையும் அம்மா கீழே விழுந்து விட்டாள் என எழுப்பினாள். ரவியும், பெண் உதவியாளரும் வாசுகியை மெல்ல ஆசுவாச படுத்தி தண்ணி கொடுத்து குடிக்க சொல்லி மீண்டும் வாசுகியை கட்டிலில் படுக்க வைத்தனர். ரவி வாசுகி பக்கத்தில் அமர்ந்து ஆறுதல் சொல்லிக் கொண்டிருந்தான். வாசுகி கை தோள்பட்டையில் வலிப்பதாக சொன்னாள்.

ரவி மேலாக பார்த்ததில் ஒன்றும் இல்லாதது போல் தான் தோன்றியது. அம்மா வலி என்று சொன்ன இடத்தில் கொஞ்சம் lodex தடவி வலி சரியாகி விடும் கவலைபடாதே என அம்மாவிடம் சொல்லி சமாதானப்படுத்தினான். அதற்கு பிறகு இரவு கொஞ்சம் சங்கடமாக கழிந்தது.

மறுநாள் காலை பொழுது விடிந்தது. வாசுகியை மேலோட்டமாக பார்க்கும்பொழுது சாதாரணமாக தோன்றியது.

காலையில் காபி கூட குடிக்க மறுத்து விட்டாள். ரவி மிகவும் கெஞ்சி கொஞ்சம் காப்பி குடிக்கச் சொன்னான். அதன்படி வாசுகி காபி குடித்தாள். ரவிக்கும் கொஞ்சம் படபடப்பாக இருந்தது. காப்பி குடித்த சற்று நேரத்திலேயே அம்மா வாந்தி எடுத்தாள். அப்பொழுது அது அவ்வளவு பெரியதாக தெரியவில்லை.

காலை இரண்டு இட்லியை மிகவும் கஷ்டப்பட்டு அம்மா சாப்பிட்டாள். இட்லி சாப்பிட்டு சற்று நேரத்திலேயே வாந்தி எடுத்தாள். ரவி இனிமேல் அம்மாவை வீட்டில் வைத்து இருந்தால் சரிபட்டு வராது என நினைத்து பக்கத்தில் உள்ள ஆஸ்பத்திரிக்கு போன் செய்து ஆம்புலன்ஸ் வரவழைத்து அம்மாவை ஆஸ்பத்திரியில் சேர்த்தான். ரவிக்கு மனதளவில் மிகவும் வேதனையாக இருந்தது. உடனே மூர்த்தி மாமாவிற்கு தொலைபேசி மூலம் தெரியப்படுத்தினான்.

வாசுகியின் நிலமையை பார்த்து விட்டு டாக்டர்கள் வாசுகியை ICU-க்கு கொண்டு போய் விட்டார்கள். ரவி மெல்ல ICU-வில் போய் பார்த்தபோது டாக்டர்கள் வாசுகியின் கை எலும்பு தோள்பட்டையில் முறிவு உள்ளதாகவும், வாசுகி கீழே விழுந்ததில் இரத்த குழாயில் பிளவு ஏற்பட்டு இரத்த கசிவு உள்ளதாகவும் இனி வாசுகி உயிர் பிழைப்பது கஷ்டம் என்று சொல்லி விட்டார்கள்.

வாசுகி இரண்டு நாட்கள் ICU-வில் இருந்துவிட்டு கடைசியில் உயிர் நீத்துவிட்டாள். ரவி வாசுகியின் இறந்த செய்தியை கேட்டு குலுங்கி குலுங்கி அழுதான். ஐயோ, அம்மா உயிருடன் இருப்பதாக சான்றிதழ் கொடுக்க வந்தேனே, அம்மாவை இப்படி பிணமாக பார்க்க நேரிட்டதே என வேதனை அடைந்தான்.

வாசுகி உயிர் நீத்த விஷயத்தை சென்னையில் உள்ள மாமா மூர்த்திக்கும், டெல்லியில் உள்ள சுதாவிற்கும், பையன் மகேஷுக்கும் தெரியப்படுத்தினான். அவர்கள் வந்ததும் முறைபடி வாசுகியின் கடைசி சடங்குகள் செய்தான். பிறகு வாசுகியின் பென்ஷன் அக்கெளண்ட், பேங்க் அக்கெளண்ட் அனைத்து கணக்கு வழக்குகளையும் முடித்தான்.

ரவி அம்மாவின் ஈம சடங்குகளை முடித்து விட்டு, வீடு காலி பண்ண வேண்டிய நிலமை ஆகிவிட்டது. வீட்டில் இருந்த அனைத்து சாமான்களையும் அக்கம் பக்கம் தெரிந்தவர்களுக்கு

கொடுத்து விட்டான். அவர்களும் அம்மா வாசுகியின் ஞாபகார்த்தமாக அன்புடன் பெற்றுக் கொண்டனர்கள் எல்லா சாமான்களும் போன பிறகு வீடு காலியாகிவிட்டது.

ரவி காலி வீட்டை ஒருமுறை சுற்றி பார்த்தான். இந்த வீடு அம்மா இருந்த வரை வீடு என்று ஒன்று இருந்தது. அது நிறைந்து இருந்தது. அந்த ஒரு ஜீவன் மறைந்த பிறகு உலகமே மூழ்கி போனதுபோல் வீடே இருக்கும் இடம் இல்லாமல் போனது. ரவி வந்து ஒருவாரம் வரை பூஞ்சோலையாக இருந்த வீடு, அம்மா இறந்த பிறகு பொட்டல் காடாகிவிட்டது. ரவி இனிமேல் அம்மா என்று யாரை அழைத்துக் கொண்டு திருச்சி வருவான்.

ரவி எல்லா கடமைகளையும் முடித்து விட்டு டெல்லி செல்ல ஆயத்தமானான். இந்த தடவை சாமான்கள் கொடுத்தனுப்ப யாரும் இல்லை. வழியனுப்ப யாரும் இல்லை திருச்சி ரயில் நிலையத்தில் வண்டி புறப்படும் முன் பிளாட்பாரத்தில் மண்டியிட்டு ரவி அழுதான். அந்த வழி அனுப்பும் "கலங்கிய கண்கள் எங்கே!" "கலங்கிய கண்கள் எங்கே!!" விடை தெரியவில்லை.

"ஊர் இலேன், காணி இல்லை, உறவு மற்
றொருவர் இல்லை;
பாரில்நின் பாதம் மூலம் பற்றிலேன்; பரம
மூர்த்தி!
காரொளி வண்ணனே! கண்ணனே!
கதறுகின்றேன்;
ஆரு உளர் களைகண்? அம்மா! அரங்கமா
நக ருளானே!"

- தொண்டரழப்பொடி ஆழ்வார்